மீண்டும் ஒரு குற்றம்

கிழக்கு பதிப்பக வெளியீடுகளாக சுஜாதாவின் புத்தகங்கள்

மீண்டும் ஜீனோ
நிறமற்ற வானவில்
நில்லுங்கள் ராஜாவே
தீண்டும் இன்பம்
ஆஸ்டின் இல்லம்
அனிதாவின் காதல்கள்
நைலான் கயிறு
24 ரூபாய் தீவு
அனிதா இளம் மனைவி
கொலை அரங்கம்
கமிஷனருக்கு கடிதம்
அப்ஸரா
பாரதி இருந்த வீடு
மெரீனா
ஆர்யபட்டா
என் இனிய இயந்திரா
காயத்ரி
ப்ரியா
தங்க முடிச்சு
எதையும் ஒருமுறை
ஊஞ்சல்
ஓரிரவில் ஒரு ரயிலில்
மீண்டும் ஒரு குற்றம்
விக்ரம்
நில், கவனி, தாக்கு!
வாய்மையே சில சமயம் வெல்லும்
ஆ..!
வசந்த காலக் குற்றங்கள்
சிவந்த கைகள்
ஒரே ஒரு துரோகம்
இன்னும் ஒரு பெண்
6961
ஜோதி
மாயா
ரோஜா
ஓடாதே
மேற்கே ஒரு குற்றம்
விபரீதக் கோட்பாடு
ஐந்தாவது அத்தியாயம்
மலை மாளிகை
விடிவதற்குள் வா
மூன்று நாள் சொர்க்கம்
பத்து செகண்ட் முத்தம்
கம்ப்யூட்டர் கிராமம்
இளமையில் கொல்

மேகத்தை துரத்தியவன்
ஒரு நடுப்பகல் மரணம்
நகரம்
இதன் பெயரும் கொலை
மண்மகன்
தப்பித்தால் தப்பில்லை
விழுந்த நட்சத்திரம்
முதல் நாடகம்
ஆட்டக்காரன்
ஜன்னல் மலர்
என்றாவது ஒரு நாள்
வைரங்கள்
மேலும் ஒரு குற்றம்
சொர்க்கத் தீவு
கனவுத் தொழிற்சாலை
ஆயிரத்தில் இருவர்
பதினாலு நாட்கள்
உள்ளம் துறந்தவன்
பிரிவோம் சந்திப்போம்
கரையெல்லாம் செண்பகப்பூ
இரண்டாவது காதல் கதை
நிர்வாண நகரம்
குருபிரசாதின் கடைசி தினம்
இருள் வரும் நேரம்
திசை கண்டேன் வான் கண்டேன்
ஆழ்வார்கள் - ஓர் எளிய அறிமுகம்
தேடாதே
விருப்பமில்லாத் திருப்பங்கள்
விரும்பிச் சொன்ன பொய்கள்
கை
ஆதலினால் காதல் செய்வீர்
நூற்றாண்டின் இறுதியில் சில சிந்தனைகள்
அப்பா, அன்புள்ள அப்பா
மிஸ். தமிழ்த்தாயே, நமஸ்காரம்!
சிறு சிறுகதைகள்
வாரம் ஒரு பாசுரம்
வானத்தில் ஒரு மௌனத்தாரகை
கடவுள் வந்திருந்தார்
அனுமதி
ஓலைப் பட்டாசு
சேகர், சிங்கமய்யங்கார் பேரன்
கம்ப்யூட்டரே ஒரு கதை சொல்லு
டாக்டர் நரேந்திரனின் வினோத வழக்கு
நிஜத்தைத் தேடி
பாதி ராஜ்யம்
சில வித்தியாசங்கள்

மீண்டும் ஒரு குற்றம்

சுஜாதா

கிழக்கு

மீண்டும் ஒரு குற்றம்
Meendum oru kutram
by Sujatha
Sujatha Rangarajan ©

Kizhakku First Edition: September 2010
88 Pages
Printed in India.

ISBN: 978-81-8493-548-6
Title No. Kizhakku 546

Kizhakku Pathippagam
177/103, First Floor,
Ambal's Building, Lloyds Road,
Royapettah, Chennai 600 014.
Ph: +91-44-4200-9603

Email : support@nhm.in
Website : www.nhm.in

Cover Image : Shutterstock

Kizhakku Pathippagam is an imprint of New Horizon Media Private Limited

This book is sold subject to the condition that it shall not, by way of trade or otherwise, be lent, resold, hired out, or otherwise circulated without the publisher's prior written consent in any form of binding or cover other than that in which it is published and without a similar condition including this the rights under copyright reserved above, no part of this publication may be reproduced, stored in or introduced into a retrieval system, or transmitted in any form or by any means (electronic, mechanical, photocopying, recording or otherwise), without the prior written permission of both the copyright owner and the above-mentioned publisher of this book.

❝அவன் அங்க போக
காரணம் இருக்கு.
வெறுப்பு இருக்கு. முத
நாள் சண்டை போட்டதுக்கு
மன்னிப்பு கேக்கக்கூடப் போயி
ருக்கலாம். தீர விசாரிச்சா அவன்
எதுக்குப் போனான்னு தெரியவரும்.
அங்க போனப்ப என்ன பார்க்கிறான்?
சிவப்பிரகாசம் இறந்துபோய் கீழே கிடக்
கிறதை. அதைப் பார்க்கறான்னே வெச்சுக்குங்க.
அவன் கலக்கத்தில் என்ன செய்திருக்கான்?
'அய்யோ, பெரியவர் கூட நேத்து சண்டை போட்டிருக்
கோம். இப்ப தனியா போலீஸ் என்னைத்தான் சந்தேகப்
படுவாங்க. பேசாம போயிரலாம்'னு கிளம்பியிருக்கலாம்.
இது ஒரு இயல்பான காரியம்தானே? ❞

1

வஸந்த் கலர் டிவியைத் திருகிக்கொண்டிருந்தான். திக்கென்று நீல சதுரத்தின் மேல் ஒரு சைனாக்காரி குட்டிக்கரணம் அடித்தாள். 'இதப் பார்றா' என்றான். பெட்டியின் முன் குந்தி உட்கார்ந்துகொண்டு ஒரு கம்ப்பா கோலாவை உறிஞ்சிக்கொண்டே, 'கமான் சென்யாங் யாங்' என்று உற்சாகப்படுத்தினான்.

அருகில் செக்ஷன் 85 இண்டியன் பீனல் கோடில் ஆழ்ந்திருந்த கணேஷ் நிமிர்ந்து, 'எங்கடா புடிச்ச இந்தப் பொட்டியை?' என்றான்.

'அது வந்து பாஸ். ஏஷியாடுக்காக, ஓசி. நம்ம ஃப்ரண்டு காமினி கொடுத்தா.'

'அவளுக்கு டிவி தேவையில்லையா?'

'அவகிட்ட ரெண்டு இருக்கே. அதனால சும்மா பொம்மை பார்த்துட்டுத் தரேன்னு வாங்கிட்டு வந்தேன். இந்த சைனாக்காரி எப்படி ரப்பர்ல வில் லாட்டம் வளையறா பார்த்தீங்களா? யாரையாவது காதலிக்கலாம்னா சப்பை மூக்கு; ஒண்ணும் அடை யாளமே புரியமாட்டேங்குது.'

இப்போது அந்த சீனள் ஓடிவந்து எம்பி மூன்று குட்டிக்கரணம் அடித்து செங்குத்தாக நின்று கையைத் தூக்கிச் சிரித்தாள். 'பாஸ்! பார்க்கற

நமக்கே சுளுக்கிக்கும்போல இருக்கு. எப்படித்தான் இந்த சைனாக்காரங்க மரப்பாச்சி மரப்பாச்சியா அற்புதங்களை சிருஷ்டிச்சு அனுப்பி வைக்கறாங்களோ தெரியலை. பெய்ஜிங்குக்குப் பக்கத்தில் ஏதாவது ஃபேக்டரி வைச்சிருப்பாங்களோ என்னவோ!'

'இதப் பாத்தியா வஸந்த்! செக்ஷன் 85 என்ன சொல்லுது? ஒருவன் குடித்திருக்கும்போது, தான் செய்யும் காரியத்தின் இயற்கையை அறியாத நிலையில் செய்த குற்றம் குற்றமல்ல. நம்ம தொரை குடிச்சிட்டுத்தானே செய்தான் அந்தக் காரியத்தை? அந்தப் பெண்ணை....'

'பாஸ்! பூராப் படிங்க! ப்ரொவைடட்னு போட்டு அதுக்கு ஒரு வால் இருக்கும் பாருங்க. அதாவது அவனை மயக்கமுறச் செய்த பொருள் அவனை அறியாமல் அவனுக்குக் கொடுக்கப்பட்டிருக்க வேண்டும். துரை சொந்தமா குடிச்சுட்டு செய்தா எந்த ஜட்ஜும் ஒப்புக்க மாட்டாங்க. தொரை கேஸ் இப்ப வராது. தலையைத் தின்னாதிங்க. எல்லா ஜட்ஜும் ஏஷியாட் பார்த்துக்கிட்டு இருப்பாங்க. பேசாம வாங்க பொட்டிக்கு முன்னால. இண்டியாவில் கலர் ட்ரான்ஸ்மிஷன் என்ன அருமையாப் பண்றாங்க பாருங்க. நாம ஒரு பொட்டி வாங்கலாமா?'

'ஏஷியாட் முடிஞ்சப்புறம் ஒடிஸ்ஸி நடனம்னு வயசான பாட்டிங்க ஆடிக்கிட்டு இருக்கிறதைப் பார்த்துக்கிட்டு இருக்கணும்!'

'நைன் பாயிண்ட் நைன்! பாஸ் என்ன ஃபண்டாஸ்டிக் எக்ஸர்ஸைஸ் பாருங்க.'

'நீ இப்ப அதை மூடி வெக்கப்போறியா இல்லையா?'

'எதுக்கு?'

'இன்னிக்கு கோர்ட்டு உண்டு, தெரியுமில்லே?'

'தொரை கேஸ் இன்னிக்கு வராது. பெட்டு வெக்கறிங்களா?'

'சொல்ல முடியாது. செக்ஷன் 85-ஐத் தவிர என்ன டிபன்ஸ் இருக்கு நமக்கு?'

'அஜ்மீர் சிங் வர்ஸஸ் ஸ்டேட். பஞ்சாப் லா ரெவ்யூ 330-ஐப் பாருங்க.'

'எப்படிரா ஞாபகம் இருக்கு உனக்கு?' என்றான் கணேஷ் ஆச்சரியத்துடன்.

'பத்து நிமிஷம் முன்னாடித்தான் பார்த்துக்கிட்டு இருந்தேன். மார்க் பண்ணி வெச்சிருக்கேன். கொஞ்ச நாழி தொந்தரவு பண்ணாதீங்க. வாம்மா க்யூக்வான் மின், நீ எப்படி குதிக்கிறே பார்க்கலாம். என்ன சிரிக்கிறே?' என்று திரையில் இருந்த சீனப் பெண்ணுடன் பேசத் தொடங்கினான். 'பாஸ்! பெண்கள் வாலி பால் இறுதியாட்டம்வரை என்னைத் தொந்தரவு செய்யாதீங்க. புதுசா கேஸ் ஏதும் எடுத்துக்காதீங்க.'

அப்போது டெலிபோன் மணி அடித்தது.

'கொஞ்சம் சவுண்டைக் குறை வஸந்த்' என்று சொல்லி கணேஷ் அதை எடுத்தான்.

'ஹலோ!'

'கணேஷ் இருக்காரா?'

'கணேஷ்தான் பேசறேன். நீங்க யார் பேசறது?'

'என் பேர் சிவப்பிரகாசம். எஸ்பி இண்டஸ்ட்ரீஸ் மேனேஜிங் டைரக்டர். கேள்விப்பட்டிருக்கியா?'

'இல்லை, சொல்லுங்க.' 'கேள்விப்பட்டிருக்கியா?' என்பதில் உள்ள மரியாதைக் குறைவை கவனித்தான்.

'உன் உதவி எனக்கு வேணும்.'

'ஏய் வஸந்த், குறைடா!'

'என்னது?'

'இங்க என் அசிஸ்டெண்டை சொல்றேன் சார். சொல்லுங்க, என்ன மாதிரி உதவி?'

'இங்க வாயேன் சொல்றேன்.'

'இங்கன்னா எங்க?'

'என் வீட்டுக்கு. நுங்கம்பாக்கத்திலே ரெயில்வே க்வார்ட்டர்ஸ் பக்கத்தில கோத்தாரி ரோடுன்னு இருக்குமில்லை, அங்க 'நிம்மதி'ன்னு ஒரு வீடு இருக்கு.'

‘சரி சார், சாயங்காலம் வரேன்.’

‘சாயங்காலமா? இப்ப வர முடியாதா?’

‘முடியாது சார். கோர்ட்டுக்குப் போகணும்.’

‘கோர்ட்டுக்குப் போறதுக்குள்ற ஒருமுறை வந்துட்டுப் போயேன்.’

வஸந்த், ‘மூடுங்க பாஸ்! எத்தனை நேரம்?’ என்றான்.

மறுமுனை சற்றுத் தயங்குவதுபோல இருந்தது. ‘சாயங்காலம் வரேன் சார்’ என்று வைக்க இருந்தவனை ‘ஹலோ ப்ளீஸ், வெக்காத கணேஷ்’ என்று அந்தக் குரல் கெஞ்சியது. ‘நான் உன்னை உடனே பார்க்கவேண்டியது ரொம்ப அவசியம்.’

‘அதுதான் வரேன்னு சொன்னேனே.’

‘இதப் பாருப்பா, டெலிபோன்ல சொல்லவேண்டாம்னு பார்த்தேன். சொல்லித்தான் ஆகணும் போல இருக்கு. என்னைக் கொலை செய்ய சதி நடந்துக்கிட்டு இருக்கு.’

வஸந்த், ‘சபாஷ்’ என்று கைதட்டினான்.

‘என்ன சொன்னீங்க? கொலை?’

‘ஆமா, சதி நடந்துகிட்டு இருக்கு.’

வஸந்த் டிவியை மறந்து நிமிர்ந்தான்.

‘எப்படிச் சொல்றீங்க?’

‘நேர வந்தா எல்லா விவரமும் சொல்றேன் கணேஷ்! உன் துணை, உன் பாதுகாப்பு எனக்குத் தேவையாயிருக்கு. உன்னைப் பத்தி நான் கேள்விப்பட்டிருக்கேன்.’

‘ஓ.கே. வரேன்.’

‘எப்ப?’

‘உடனே.’

‘இப்ப என்ன மணி? பத்தரை. பதினோரு மணிக்குள்ற உன்னை எதிர்பார்க்கலாமா?’

'சரி' என்று டெலிபோனை வைத்தான். வஸந்த் இதற்குள் அவன் அருகில் வந்து நின்றான். 'என்ன பாஸ், வெள்ளிக்கிழமையும் அதுவுமா கொலை கிலைன்னு பேசிக்கிட்டு, யாரது?'

'சிவப்பிரகாசமாம். எஸ்பி இண்டஸ்ட்ரீஸ் எம்.டி.'

'தெரியும். கொஞ்சம் பெரிய புள்ளிதான். என்னவாம்? ஏதாவது கொலை கிலை செய்யப்போறாரா?'

'இல்லை. அவரைக் கொலை பண்ணத் திட்டம் இருக்குதாம்.'

'பணக்காரங்க எல்லாருக்குமே இந்த மாதிரி ஒரு பாரனொயா இருக்கும்.'

'இல்லை வஸந்த். அந்த ஆள் குரல்ல அவசரமும் ஒரு கெஞ்சலும் இருந்தது. போய்த்தான் பார்த்துரலாமே.'

'நான் எதுக்கு? ஏஷியாட் என்ன இண்ட்ரஸ்டிங்கா இருக்கு...'

'அவர் வீட்டில டிவி இருக்கும். பார்த்துக்கலாம் வா.'

வஸந்த் முனகிக்கொண்டே காரை எடுத்தான். 'காத்து கம்மியா இருக்கு. அடிச்சுகிட்டுப் போயிரலாமா!'

'சரி, சீக்கிரம்' என்றான்.

பெட்ரோல் பங்கில் பையன், 'குட்மார்னிங் சார்!' என்றான்.

'வாய்யா ராஜா! எப்படி இருக்கே? ராத்திரி என்ன படம் பார்த்தே?'

'வாத்தியார் படம் சார்.'

'படம் பேர் என்ன சார்?'

'நம்பியார் கூட ரெண்டு கத்தி வெச்சுக்கிட்டு சண்டை போடறாரே அது.'

'அவ்வளவு நீளமா பேரு?'

'எவ்ள சார் வைக்கணும்?'

'இருவது வைடா போதும்' என்றான் கணேஷ். டயரில் காற்று வைத்துவிட்டு அதன் வாய்மேல் எச்சில் வைத்து லீக் இருக்கிறதா என்று பார்த்துக்கொண்டிருந்த அந்தச் சிறுவனை அனுதாபத்துடன் பார்த்தான்.

‘ச்...ச்...ச்... இந்த மாதிரி பெட்ரோல் பங்க், ஆட்டோ பட்டறைல இருக்கிற சிறுவர்களை யாராவது கணக்கெடுத்திருக்காங்களா, தெரியலை.’

‘டேய் ராஜா! விசில் அடிடா!’

அவன் நாக்கைக் கீழுதட்டில் துருத்திக்கொண்டு ‘உய் உய்’ என்று சைனாபஜாரே ஸ்தம்பிக்கும்படி விசிலடித்தான்.

‘ஏஷியாடில விசிலடிக்கிறதுக்கு ஒரு போட்டி வைக்கணும் பாஸ்’ என்றான் வஸந்த். அந்த அழுக்குப் பையனின் தலையை ஆதூரமாகத் தடவித்தந்து நாலணா கொடுத்தான். அவன் தேவை யில்லாமல் வஸந்துக்கு ‘ரைட்’ சொல்ல, பின்வாங்கி மெயின் ரோடில் சீறினான்.

‘அட்ரஸ் என்ன சொன்னாங்க?’

‘நுங்கம்பாக்கம், கோத்தாரி ரோடு. ‘நிம்மதி’ன்னு வீட்டுக்குப் பேராம்.’

‘நம்ம நிம்மதி கெட்டுப் போகப்போகுதுன்னு நினைக்கிறேன்.’

பங்களா மிக அமைதியாக இருந்தது. வாசலில் பச்சை வேலி அண்மையில் கிராப் வெட்டிக்கொண்டிருந்தது. அம்பதுகளில் கட்டப்பட்டிருக்க வேண்டும். பெரிய வீடு, அதிகம் ஆர்க்கி டெக்சர் பாசாங்குகள் இல்லாமல், பங்களா என்று பார்த்தால் பாமரனும் சொல்லிவிடக்கூடிய அளவுக்கு இருந்தது. வாசலில் வட்டமாக இடம் விரயம் பண்ணப்பட்டு அதில் தாமரை சகிதம் ஒரு குளம் இருந்தது. ஓரத்தில் ஒரு டென்னிஸ் கோர்ட்டு, வேலைக்காரர்களுக்குத் தனி வீடுகள், மாமரம், இருட்டுப் பச்சையில் நிழல் எல்லாம் இருந்தன.

வஸந்த் போர்ட்டிகோவில் காரை நிறுத்த, கணேஷ் இறங்கிக் கொள்ள, ‘பாஸ், நாய் ஏதும் இருக்குதா பாருங்க’ என்றான்.

‘இல்லை, கொஞ்சம் தள்ளி பார்க் பண்ணிவிட்டு வா.’

வாசலில் காத்திருந்தார்கள். காலிங் பெல் எதையும் காணோம். ‘...க்கும்’ என்று கனைத்துப் பார்த்தார்கள். கேட்டில் இருந்து காவல்காரன் வந்தான். ‘ஷாப் ஊப்பர் ஹை!’ என்றான். ‘கோன் சாஹியே?’

‘ஏண்டா இந்தியை வெச்சுக்கிட்டு உயிரை வாங்கறீங்க.’

‘அவரைத்தான்! மிஸ்டர் சிவப்பிரகாசம்.’

‘டேரோ’ என்று சொல்லிவிட்டுப் பின்பக்கத்தில் சென்றான். கணேஷும் வஸந்தும் ஒருவரை ஒருவர் பார்த்துக்கொண்டு தனியே நிற்க வேலைக்காரப் பெண் வந்து, ‘எஜமான் இன்னும் எழுந்திருக்கலைங்களே’ என்றாள்.

‘பேர் என்ன?’

‘சொர்ணம்.’

‘சொர்ணம், கொஞ்ச நேரம் முன்னாடி எஜமான்தான் போன் பண்ணி எங்களை வரவழைச்சிருக்காரு. அவருக்குத் தகவல் சொல்லு.’

‘மாடியிலே இருக்காரு, நான் போகக்கூடாதுங்களே.’

‘போகக்கூடியவங்களா யாரையாவது கூப்பிடு.’

‘செக்ரட்ரிகூட இல்லைங்களே.’

‘இதப் பாரு. எனக்கு யாரையும் தெரியாது. பேசாம போயி அவர் கிட்ட தகவல் சொல்லு.’

‘நாங்கள்ளாம் போகக் கூடாதுங்க. கோவிச்சுப்பாரு.’

‘என்னடா இது பேஜாராப் போச்சு! நாங்க போகலாமா மாடிக்கு?’

‘உங்களை வரச் சொன்னாருங்களா?’

‘ஆமாம். ஒரு மணிக்கு முன்னாடி.’

‘அப்ப போங்க. நீங்க போனா ஒருவேளை கோவிச்சுக்க மாட்டாரு. நாங்க அங்க போகவே கூடாதுங்க. கண்டிப்பாச் சொல்லி யிருக்காரு.’

‘அம்மா யாரும் இல்லையா?’

‘காந்தா அம்மா நேத்து வந்தாங்க.’

‘கேஸா இருக்கும்போல இருக்கு. வாங்க பாஸ், மேல போகலாம். நம்மை ஒருத்தரும் ஹவுஸ் பிரேக்கிங்குக்கு அரஸ்ட்

பண்ணப் போறதில்லை. வாங்க, இடம் கொஞ்சம் ஸ்பூக்கியா இருக்குது. சட்டுப் புட்டுன்னு வந்த காரியத்தை முடிச்சுட்டு போயிரலாம். 'ஹலோ, மிஸ்டர் சிவப்பிரகாசம்! மிஸ்டர் சிவப்பிரகாசம்!' என்று சொல்லிக்கொண்டு உள்ளே நுழைந்தான். கணேஷ் கொஞ்சம் தயங்கினான். அதன்பின் தீர்மானித்தவன் போல 'சரி' என்றான்.

படிகள் நல்ல தேக்கு மரத்தில் இருந்தன. காலடிகளை மழுப்புவதற்கு கார்ப்பெட் போட்டிருந்தாலும் அந்த இடத்து மௌனத்தில் அவர்கள் அடி பதிப்பது கேட்கத்தான் கேட்டது. மேலே ஏற, அந்த மான் தலை செத்த கண்களுடன் அவர்களை நேராகப் பார்த்தது. கதவு சாத்தியிருந்தது. 'உள்ளதான் இருக்காரா?' என்று கீழே சைகை காட்டிக் கேட்டான் வஸந்த்.

'ஆமாங்க.'

கதவைத் தட்டிப் பார்த்தான். கெட்டியான மரக்கதவு. உள்ளே கேட்டிருக்காது. கதவைத் தள்ளிப் பார்க்க, அது திறந்துகொள்ள, உள்ளே சென்றனர். பெரிய ஹால்போல இருந்தது. நடுவே ரத்தினக் கம்பளம் விரித்து அதன்மேல் மேசை வைத்து அதன்மேல் புத்தகங்கள் இருந்தன. நான்கு புறத்திலும் வாசல்கள் தெரிந்தன. சுவர்களில் கண்ணாடி அலமாரிகள், அந்த வாசல்கள் நான்கு அறைகளுடன் தொடர்புகொண்டிருப்பதாகத் தெரிந்தது. ஹாலிலும் யாரும் இல்லை.

'மிஸ்டர் சிவப்பிரகாசம்!'

'யாரும் இல்லையா? என்னடாது! தூங்கறாரா தெரியலையே?'

'இப்பத்தானே டெலிபோன் பண்ணினார்.'

'ஹலோ சிவப்பிரகாசம் சார்!' என்று அதட்டிக் கூப்பிட்டுப் பார்த்தான். அப்போது ஓர் அறைக்குள் டெலிபோன் மணி அடிக்கத் தொடங்கியது. 'அந்த ரூம்தான் போல இருக்கு. வஸந்த், வா.'

இருவரும் அந்த அறைக் கதவைத் திறந்துகொண்டு உள்ளே சென்றார்கள். அந்த அறையும் காலியாக இருந்தது. நிறைய சோபாக்கள் போடப்பட்டிருந்தன. டெலிபோன் ஓரத்தில், ஒரு இருக்கையின் அருகில் உயரமான படிப்பு விளக்கின் மடியில் இருந்தது. அது இன்னும் தொண தொணவென்று அடித்துக் கொண்டிருக்க வஸந்த் அதை எடுக்கப் போனான்.

'வஸந்த்! தொடாதே!'

'ஏன் பாஸ்?'

'கீழே பாரு?'

கீழே சிவப்பிரகாசம் கிடந்தார். முன் நெற்றியில் ரத்தம் பிளந்திருந்தது. வாய் திறந்திருந்தது. ஒரு கை, பாதி உயர்ந்திருந்தது.

வஸந்த் உடலுக்கு அருகே சென்று குனிந்து பார்த்தான். 'போய்ட்டார்னு நினைக்கிறேன். ஹலோ மிஸ்டர் சிவப்பிரகாசம்! அதான உங்க பேரு?'

திடமான ஆசாமியில்லை என்பது தெரிந்தது. நிறுத்தி வைத்தால் 5.2 அல்லது 5.3 தான் இருப்பார். பைஜாமா போட்டிருந்தார். அதற்கேற்ப சட்டையும் பட்டை பட்டையாக இருந்தது. அதன் பட்டன் திறந்திருந்தது. நெற்றி ரத்தம் உறைந்திருந்தது. இறந்திருந்தார். வாய் திறந்திருந்தார்.

கணேஷ் 'மாட்டிக்கிட்டம் வஸந்த்' என்றான்.

'என்ன பாஸ்! அதுக்குள்ளயே கொலை விழுந்திருச்சு! கொஞ்ச நேரம் அவர்கூட பேசிட்டிருப்போம்னு யோசிச்சேன். இந்த டெலிபோனை என்ன செய்யறது? அடிச்சுக்கிட்டு இருக்கே?'

'அடிக்கட்டும்.'

'பாஸ்! போயிரலாம்!'

'எங்க?'

'வீட்டுக்கு அல்லது கோர்ட்டுக்கு!'

'டோன்ட் பி ஸில்லி! போலீஸுக்குத் தகவல் சொல்லாத நாம இந்த இடத்தைவிட்டு நகரக் கூடாது.'

போன் நின்றுபோக, 'நின்னு போச்சு! போன் பண்ணிரவா?'

'கூடாது. வேற ஏதாவது போன்ல இருந்துதான் பண்ணணும். இதில் ப்ரிண்ட்ஸ் இருக்கும்.'

'இப்பத்தான் டெலிபோன் பண்ணார். எத்தனை மணிக்கு?'

மீண்டும் ஒரு குற்றம் ● 15

'பத்தரை!'

'மணி பதினொண்ணரை. போன ஒரு மணி நேரத்தில யாரோ வந்து கொலை செஞ்சுட்டுப் போயிருக்காங்க! முன் மண்டைல அடி பாருங்க. ரத்தம் உறைஞ்சிருக்கு.'

'வஸந்த்! நீ வெளியே போய் அருகாமையில் ஏதாவது போன் இருந்தா போலீஸுக்குத் தகவல் கொடுத்துரு. உடனே வரச் சொல்லிரு. அதுவரைக்கும் நான் காவல் காத்துக்கிட்டு இருக்கேன்.'

'வேலைக்காரர்களுக்கு விவரம் சொல்லணுமா?' செத்துப் போறதுக்கு இந்தில என்ன பாஸ்?'

'அவங்க யாருக்கும் நீ சொல்லவேண்டாம். சீக்கிரம் போய் போலீஸுக்குத் தகவல் சொல்லிட்டு வா.'

அவன் சென்றதும் கணேஷ் அறையைச் சுற்றிலும் பார்த்தான். விசாலமான அறைதான். சற்று விலகிக்கொண்டு கீழே கிடந்த வரைத் தன் பார்வையிலிருந்து நீக்கிக்கொண்டான். அவனுக்குச் சற்று கலக்கமாக இருந்தது. இந்த அதிர்ச்சிக்கு அவன் தயாராக வரவில்லை. ஏதோ கூப்பிட்டார், என்ன விஷயம் என்று விசாரிக் கலாம் என்றுதான் வந்தான். மரணம் இத்தனை அருகில் இருக்கும் போது கூப்பிட்டிருக்கிறார்! அந்தக் குரலை ஞாபகப்படுத்திக் கொண்டான். 'பதினோரு மணிக்குள்ற வந்துருவியா?'

கொஞ்சம் லேட்டாகிவிட்டது. பெட்ரோல் பங்குக்குப் போய் காற்று அடித்துக்கொண்டதில், டிராபிக்கில் மாட்டிக் கொண்ட தில், வீட்டைக் கொஞ்சம் தேடினதில் எல்லாம் சேர்ந்து அவர் விதி முந்திக்கொண்டு விட்டது. என்ன செய்தார் இவர், இந்த மாதிரி முடிவை எய்துவதற்கு? யார் இவர்? சரியாக ஞாபகம் இல்லை. போலீஸ் வரட்டும். வந்தவுடன் விஷயத்தைச் சொல்லி விட்டு விலகிக்கொள்வதுதான் உசிதம். இதில் இறங்க வேண்டாம். போலீஸ் கவலைப்பட்டுக் கொள்ளட்டும். ஒரு வேளை என்னைச் சந்தேகிப்பார்களோ! சேச்சே! பத்தரை மணிக்கு போன் பண்ணியிருக்கிறார். சென்ற ஒரு மணி நேரத்தில் யார் யார் வந்தார்கள் என்று விசாரிக்கவேண்டும். விசாரிக் கட்டும். அவர்கள் விசாரிக்கட்டும். இந்தக் கவலையெல்லாம் நமக்கு எதற்கு? போலீஸ் பார்த்துக்கொள்ளும்.

அலமாரியில் உள்ள புத்தகங்களைப் பார்த்தான். அமெரிக்க தலையணை வகைப் புத்தகங்களாக இருந்தன. நடுவே 'பிரின்ஸிபிள்ஸ் ஆஃப் இன்ஹெரிட்டன்ஸ் அண்ட் சக்ஸஷன்' கொஞ்சம் உறுத்தியது. அலங்கார அலமாரியில் பாரிஸ் நகரத்து எய்ஃபில் டவர் பொம்மை நின்றுகொண்டிருந்தது. அதனருகில் ஒரு டேப் டெக் மஞ்சள் துணியில் மூடி வைக்கப்பட்டிருந்தது. சில கேஸட் டேப்புகள் இருந்தன. அவற்றின் முதுகுகளிலிருந்து பக்திப்பாடல்கள் என்று தெரிந்தது. டெலிபோன் மேஜையருகில் ஒரு காகிதம் பாதி எழுதி முடிக்கப்படாமல் காத்திருந்தது. 'டியர் காந்தா...'

இந்த கேஸில் நான் தலையிடக் கூடாது. போலீஸுக்கு அதிகம் கஷ்டம் இருக்காது. இறந்த சமயம் சரியாக பத்தரை மணிக்கு மேல். பத்தரைக்கு என்னுடன் பேசியிருக்கிறார். அதன்பின் வந்த வர்கள் யார் யார் என்று தீர விசாரித்தால் கண்டுபிடித்து விடலாம். அவர்களுடைய கைரேகைகள் இருக்கலாம். கொலைதான் இது. ஒரு 'சதி'யைப் பற்றிச் சொன்னார். இரண்டு மூன்று பேர் வேலை யாக இருக்கலாம். இவரைக் கொல்வதற்கு ஒரு ஆள் போதும். இப்போது சிவப்பிரகாசத்தைப் பார்த்தான். மண்டையில் மயிர் சரிந்திருந்தது. உயிரற்ற கண்கள் பல்பைப் பார்த்துக்கொண் டிருந்தன. வாய்க்குள் பல்வரிசை தவறி இருப்பது தெரிந்தது, 'என்ன சொல்ல இருந்தீர்கள் சிவப்பிரகாசம்?'

வேகமான காலடிகள் கேட்டன. 'இங்க வாங்க. மாடில' என்று வஸந்த் குரல் கேட்டது. 'பக்கத்திலேயே போலீஸ் ஸ்டேஷன் இருந்தது. கூட்டியே வந்துட்டேன். திஸ் இஸ் இன்ஸ்பெக்டர் பழனிவேல். திஸ் இஸ் கணேஷ். நான் சொல்லலை?'

இன்ஸ்பெக்டர் இளைஞராக இருந்தார். முதலில் உடலை நோக்கிப் போனார். கீழே பார்த்தார். பைக்குள்ளிலிருந்து கைக் குட்டையை எடுத்தார். 'நீங்க எப்படி இங்க வந்தீங்க?'

'இவர் போன் பண்ணி வரவழைச்சாருங்க.'

'நீங்க வக்கீல்னு?'

'ஆமா சார்.'

'போன் எத்தனை மணிக்கு வந்தது?'

'பத்தரை இருக்கும்?'

‘சரியா பத்தரை இருக்குமா?’

‘ஆமா, போன்ல பேசறபோது, ‘இப்ப என்ன மணி பத்தரை பதினொரு மணிக்குள்ற வா’ன்னு சொன்னார்.’

‘நீங்க எப்ப வந்தீங்க.’

‘பதினொண்ணரை ஆயிருச்சு.’

‘ஒரு மணி நேரத்தில நடந்திருக்கு.’

‘சந்தேகமே இல்லை.’

‘ஸ்டேஷன்லயே ஒரு எஃப்.ஐ.ஆர் போட்டுக்கறேன். மிஸ்டர் வஸந்த், அதை நீங்க சைன் பண்ணிரணும்.’

‘செய்துர்றேன் சார்.’

‘வீட்டில வேற யாரும் இல்லையா?’

‘எங்களுக்கே தெரியாதுங்க.’

‘நீங்க எப்படி உள்ள வந்தீங்க?’

‘உண்மையைச் சொன்னா நேரா நாங்களாகவே வந்தோம். யாரும் இல்லை. திறந்த வீட்ல நுழைந்தோம்.’

‘ம்ஹ¬ம்! வேலைக்காரங்க இருக்காங்களா?’

‘ஒரு கூர்க்கா. ஒரு வேலை செய்யற பொம்பளையைப் பார்த்தேன்.’

இன்ஸ்பெக்டர் கான்ஸ்டபிளைப் பார்த்து, ‘இதப் பாருங்க, போய் அவங்க எல்லாரையும் கூட்டி வாங்க’ என்றார். ‘மிஸ்டர் கணேஷ், நீங்க இருங்க, போயிராதீங்க.’

‘அனுமதி இல்லாம எங்கேயும் போறதில்லை.’

‘இடத்தை முதல்ல கொஞ்சம் பார்க்கலாம். நீங்க எதையும் தொட்டிங்களா?’

‘இல்லைங்க. நீங்க வர்றதுக்காகக் காத்திருந்தேன்.’

பழனிவேல் நிதானமாகச் சுற்றுமுற்றும் பார்த்தார். கையில் இருந்த நோட்டுப் புத்தகத்தைப் பிரித்து, ‘போட்டோகாரங்க

வர்றவரைக்கும் எதையுமே தொடக்கூடாது. இவருக்கு என்ன வயசு இருக்கும்ங்கறிங்க?'

'அம்பது சொல்லலாமில்லே?'

'பைஜாமால இருக்காரு. தூங்கிக்கிட்டு இருந்தாருன்னு அர்த்தமா?'

'இல்லைங்க. எனக்குப் போன் பண்ணியிருக்காரே.'

'அதானே!'

'பைஜாமாவிலே போன் பண்ணியிருக்கார்னு வைச்சுக்கலாம்' என்றான் வஸந்த். 'கைல மோதிரம், பட்டன் திறந்திருக்கு.'

பழனிவேல் மிகவும் நுட்பமாகக் குறிப்பெடுத்துக் கொண் டிருந்தார். உடல் விழுந்துகிடக்கும் இடத்தை ஒரு ஸ்கெட்ச் போல வரைந்துகொண்டார். 'ஃபுட் மார்க் ஏதும் பார்த்திங்களா?'

'கார்ப்பெட்டில அவ்வளவு தெளிவாத் தெரியலிங்க.'

ரத்தம் சிந்தி உறைந்திருந்ததைக் கவனித்தார். கதவருகில் அழுகை சப்தம் கேட்டது. அந்த வேலைக்காரி சொர்ணம் வாயைப் புடைவைத் தலைப்பால் மூடிக்கொண்டு 'அய்யோ போயிட் டிங்களே எசமான்' என்று குலுங்கி அழுதாள். 'ஸாப் கியா ஹுவா?' என்று கண்களில் பயத்துடன் காவல்காரன் கேட்டான்.

'இதப் பாரு! கூவாத, ஆபீஸரு கேள்வி கேப்பாரு, பதில் சொல்லணும்.'

'அய்யோ எனக்கு ஒண்ணும் தெரியாதுங்க. இந்த ரூம்புக்கு வந்ததே இல்லை. இவங்க ரெண்டு பேர்தான் வந்தாங்க. எசமான் கூப்புட்டனுப்பிச்சாருன்னு.'

'கான்ஸ்டபிள்! அந்தப் பெண்ணை அப்புறம் விசாரிக்கலாம். ஏஸிபிக்கும் டிஸிபிக்கும் போன் பண்ணியிருக்கேன். அவங்க வருவாங்க. வாசல்ல காத்திருங்க.'

'என்ன சொல்லி உங்களை வரவழைச்சாரு?'

கணேஷ் சுதாரித்துக்கொண்டு, 'அவர் ஒரு மாதிரி பயத்தில இருந்தாரு. அவரைக் கொல்ல சதித் திட்டம் ஏதோ இருக்கிறதாச் சொல்லி என்னை வரவழைச்சாரு.'

‘ஓஹோ! என்ன சதின்னு விவரம் சொன்னாரா பேருக்கு?’

‘சொல்லலை. வீட்டுக்கு வா சொல்றேன்னாரு. அதுக்குள்ள...’

‘நீங்க வந்து பார்த்தப்ப இறந்திருந்தாரு?’

‘ஆமாம், நிச்சயம்.’

‘இவரை முன்னாடியே தெரியுமா உங்களுக்கு?’

‘இல்லைங்க. முத தடவை இப்பத்தான் பார்க்கிறோம். ’

இன்ஸ்பெக்டர் கீழே இருந்து சிறிய பித்தானை ஜாக்கிரதையாக எடுத்தார். மேலதிகாரிகள் வந்துவிட, அவர் உடனே வாயில் பக்கம் போய் அவர்களைக் கலக்கச் சென்றார். வஸந்த் கணேஷைப் பார்த்து, ‘பாஸ், கொஞ்சம் இழுபறி. எப்ப விடுவாங்க?’ என்றான்.

‘ஸ்டேட்மெண்ட் கொடுத்துட்டுப் போயிறவேண்டியதுதான்.’

‘காந்தா யாரு?’

‘ஆரம்பிச்சுட்டியா? யாராயிருந்தாலும் இதில நாம தலையிடறது இல்லைன்னு தீர்மானிச்சுட்டேன்.’

‘கேஸ் கொஞ்சம் இன்ட்ரஸ்டிங்கா இருக்கும்போல இருக்கு பாஸ்.’

‘சாயங்காலத்துக்குள்ள அரஸ்ட் பண்ணிடுவாங்க பாரு. என்னவா இருக்கும்? ஏதாவது லெகஸி தகராறு? இவர் குடும்பத்தை விசாரிச்சா...’

குடும்பமே கிடையாதாம் ஏறக்குறைய.’

‘யார் சொன்னா?’

‘சொர்ணத்தை விசாரிச்சேன். அந்த காந்தாதான் வருவாளாம். தனியா இருந்திருக்கார்போல இருக்கு.’

‘சொர்ணம் சொன்னாளா?’

‘ஆமா பாஸ். நல்ல கட்டை!’

‘இந்த சொர்ணம், அஞ்சலை எல்லாம் விடமாட்டியே!’

‘எனக்கென்னவோ கூர்க்காமேல சந்தேகமா இருக்கு!’

'மிஸ்டர் கணேஷ்.'

'எஸ்.'

'ஏஸிபி கூப்பிடறாரு.'

அஸிஸ்டண்ட் கமிஷனர் சற்று நேர்த்தியாக மீசை வைத்திருந்தார். கண்களில் புன்சிரிப்பு இருந்தது. தோற்றத்தில் கூர்கிக்காரர் போல ஒரு விதமான ராணுவத்தனம் இருந்தது.

'மிஸ்டர் கணேஷ், உங்களைப் பத்தி ராஜேந்திரன் சொல்லியிருக்காரு. இங்க எப்படி வந்து மாட்டினீங்க?'

'தலைவிதி சார். இந்த ஆளு பத்தரை மணிக்கு போன் பண்ணார். ஏதோ கொலை சதி, அவசரமா வந்து பாருங்கன்னாரு. வந்தேன் பார்த்தேன்.'

'இங்க வாம்மா சொர்ணம்.'

'அய்யா.'

'இவங்க வர்றதுக்கு முன்னால அய்யாவைப் பார்க்கறதுக்கு யார் யார் வந்தாங்க?'

'கூர்க்காவுக்குத் தெரிஞ்சிருக்கும்.'

'வாய்யா இங்க. நான் சொல்றது கேட்குதா?'

கூர்க்கா கையைக் காலை ஆட்டிக்கொண்டு பதில் சொன்னான்.

'இவன் என்ன பாஷை பேசறான்?'

'இந்தி சார்.'

'வஸந்த், உங்களுக்கு இந்தி தெரியுமா?'

'விளக்கை அணைக்கறதுக்கு மட்டும் இந்தி தெரியும். 'பத்தி பந்த் கரோ!'

ஏஸிபி சிரித்தார். 'உங்க அஸிஸ்டெண்ட் ஜோக் அடிக்கிறதிலே டெட் பாடியே எழுந்திரும்போல இருக்கே.'

'கோமாளி சார் அவன்! ஏய் வஸந்த்!'

'இதப் பாரு கூர்க்கா. டமில் மாலும்?'

'தோடா தோடா!'

'போடா போடா! ஏன்யா யாருக்காவது இந்தி தெரியுமா?'

'நம்ம டிஸிபிக்குத் தெரியும் சார். அவர் டில்லில இருந்திருக்காரு.'

'சரி, அவர் வர்றவரைக்கும் காத்திருக்கலாம். காந்தா யாரும்மா?'

'அது வந்துங்க... வந்துங்க...'

'சும்மா மழுப்பாத, ஆளு செத்துக் கிடக்கிறாரு இல்லை? சொல்லு.'

'எஜமான் அந்த அம்மாவைத்தான் கல்யாணம் பண்ணிக்கிறதா இருந்தாங்க. அந்த அம்மா பார்த்தா கதறுவாங்க.'

'அப்படியா? எங்க இருக்காங்க?'

'தெரியாதுங்க.' தயக்கத்துடன் சொன்னாள்.

'காலைல அய்யா எத்தனை மணிக்குக் காப்பி சாப்பிடுவாரு?'

'ஏழு எழரைக்கு இறங்கி வந்துருவாருங்க.'

'இன்னிக்கு வந்தாரா?'

'இல்லைங்க. இறங்கி வரலைங்க.'

'நீ காப்பி கொண்டுபோய் கொடுக்கலையா?'

'இல்லைங்க. நாங்க யாரும் மேலே போகக்கூடாதுங்க. இன்னிக்குத்தான் முதக்கா இந்த மாடியைப் பார்க்கிறேன்னா பார்த்துக்குங்களேன்.'

'பின்ன டீ, காப்பியெல்லாம்?'

'அவர் கீழே இறங்கி வந்து, பெல் பண்ணிக் கூப்பிடுவாருங்க. அப்பத்தான் போவோம்.'

'தனியாத்தான் இருந்தாரா?'

'ஆமாங்க. சம்சாரம் இறந்துபோய் பலவருஷம் ஆயிட்டுதுன்னு பேசிக்கிட்டாங்க.'

'உறவுக்காரங்க யாரையும் கூட்டி வெச்சுக்கலையா?'

'இல்லைங்க; எப்பவாவது காந்தா அம்மா வருவாங்க.'

'அய்யா மாடில இருந்து எழுந்து வரவே இல்லை?'

'ஆமாங்க.'

'பழனிவேல்! காந்தாங்கறவங்க அட்ரஸை எப்படியாவது விசாரிச்சு அவங்களைக் கூட்டி வரணும்.'

'சார், அலமாரில ஒரு அட்ரஸ் புக் பார்த்தேன்' என்றான் கணேஷ்.

'அதை எடுங்க. லாப்ல இருந்து அவங்க வந்து போட்டோ பிடிச்சுக்கட்டும். அப்புறம் பாடியை அனுப்பிச்சிருங்க. ஒண்ணு மட்டும் நிச்சயம் தெரியுது. கொலை பத்தரையிலிருந்து, பதினொண்ணரைக்குள்ள நடந்திருக்கு! பழனிவேல், சம்பந்தப் பட்டவங்க அத்தனை பேரும் அந்த ஒரு மணி நேரம் எங்க இருந்தாங்கன்னு உக்கிரமா விசாரிக்கணும், என்ன?'

'அப்படியே சார்.'

கணேஷ், 'என் ஸ்டேட்மெண்ட்டை வாங்கிக்கிட்டு என்னை விட்டுர்றீங்களா?' என்றான்.

'இருங்க, எங்க தப்பிச்சுக்கறிங்க? நீங்களே கொலையாளியா இருக்கலாம் இல்லையா?' என்று சிரித்தார்.

'வஸந்த்! உங்களுக்கு காந்தாவைப் பார்க்கறதிலே இஷ்ட மில்லையா? என்ன வயசு அந்த அம்மாளுக்கு?'

'அது வந்துங்க... பார்த்தா நாப்பது சொல்ல முடியாது; பதினஞ்சு பதினாறு வயசில பொண்ணுங்க.'

'வஸந்த் நிமிர்ந்தான். 'பாஸ்! சார் ரொம்ப ரொம்பக் கேக்கறார். இருந்துட்டுத்தான் போகலாமே?' என்றான்.

கணேஷ், 'டோண்ட் பி விக்கட்' என்றான்.

பழனிவேல் அந்த அட்ரஸ் புத்தகத்தைப் பார்த்துக்கொண்டு, 'டெலிபோன் நம்பர் இருக்கு, சார்' என்றார்.

'யாருது?'

'காந்தா.'

'போன் பண்ணிருங்க. இந்த போனை டெஸ்ட் பண்ணியாச்சா?'

'இல்லைங்க.'

'ஒண்ணு செய்யுங்க. ஜீப்புக்குப் போய் ரேடியோ மூலம் தகவல் சொல்லிருங்க. ட்ரேஸ் பண்ணி அழைச்சுட்டு வரச் சொல்லுங்க. என்ன?'

'ஏம்மா! வேற யாரு இவருக்கு உறவுக்காரங்க?'

'கிட்டத்து உறவு யாரும் கிடையாதுங்க. ஆனா நிறையப் பேர் வரப்போக கொள்ளுவாங்க.'

போட்டோக்காரர்கள் வந்ததும், கணேஷ், அந்த இடத்தை விட்டு வெளியே வந்து, வீட்டு வாசலில் ஃபியட் காரின் அருகில் வந்து நின்றுகொண்டான். 'என்ன பாஸ், ஏதாவது தியரி உண்டா?' என்றான்.

'மொத்தமும் பத்தரை பதினொண்ணரைலதான் இருக்கு. டிஸி எல்லாரையும் போட்டுப் புரட்டிருவார். பத்தரை மணிக்கு அலிபை யார் யாருக்கு ஸ்ட்ராங்கா இருக்குதுன்னு பார்த்துருவாரு.'

வஸந்த், பரந்து விரிந்திருந்த பங்களாவைப் பார்த்து 'சொத்து தான்! ஷ்யூர்! வாரிசு இல்லாத சொத்துபோல' என்றான். யோசித் தான். சிகரெட்டை இழுத்தான். அதன் நெருப்பைப் பார்த்துக் கொண்டு, நான் ஒரு ஆங்கிள் சொல்றேன். காந்தாவை இவர் கல்யாணம் செய்துக்கிட்டு சொத்தை அவ பேர்ல எழுதி வெக்க றதுக்கு இருந்தார்னு வெச்சுக்கங்க. அது உறவுக்காரங்களுக்குப் பிடிக்கலை. எப்படி?'

'காந்தாவைச் சந்திக்கிறதுக்கு முன்னாடியே கதை கட்டாதே.'

'இதோ சந்திக்கத்தான் போறோம்.' ஒரு போலீஸ் ஜீப் வந்து நிற்க, அதிலிருந்து ஒரு பெண்மணி இறங்குவதை இருவரும் கவனித் தார்கள். அவள் ஸ்லீவ்லெஸ் அணிந்திருந்தாள். தலை பாப் பண்ணப்பட்டு நல்ல நிறமாக இருந்தாள். கண்களை பெரிய கருப்புக் கண்ணாடி மறைத்திருந்தது. தலைமேல் புடைவையை மூடிக்கொண்டு உள்ளே வேகமாகச் சென்றாள். மெலிய மஞ்சள் நிறத்தில் ஸில்க் புடைவை கட்டியிருந்தாள்.'

'என்ன சொல்றே?'

'அய்யா கதிரு, அம்மா குதிருன்னு அவர் சைஸுக்குக் கொஞ்சம் ஜாஸ்தியாவே பொம்பளை!'

'அதை நான் சொல்லலைடா. அம்மா வருத்தத்தில் இருக் காங்களா?'

'சொல்ல முடியாது. கருப்புக் கண்ணாடி.'

'ஓ ஓ. ஹியர் கம்ஸ் டிஸி!'

'வாங்க. உள்ளே போகலாம்.'

'இல்லை. நம்மைக் கூப்பிட்டா போகலாம். இங்கேயே இரு.'

கொஞ்ச நேரத்தில் கணேஷ் எதிர்பார்த்தபடி டிஸி அவனைக் கூப்பிட்டார். உள்ளே சென்றபோது காந்தா ஒரு ஓரத்தில் தலையைப் பிடித்துக்கொண்டு நின்றுகொண்டிருந்தாள். கைப் பையிலிருந்து காகிதக் கைக்குட்டைகளை எடுத்து மூக்கு சிந்திக் கொண்டிருந்தாள். டிஸி அவளை, 'நீங்க இன்னிக்குக் காலைல பத்து மணியில இருந்து எங்க இருந்தீங்கன்னு சொல்ல முடியுமா?' என்று கேட்டார்.

அவள் நிமிர்ந்து பார்த்து, 'என்னைச் சந்தேகிக்கிறீங்களா?' என்றாள் ஆச்சரியத்துடன்.

'நாங்க இன்னும் யாரையும் சந்தேகிக்கலை. கேள்வி கேட்டுக் கிட்டு இருக்கோம்.'

மௌனமாக இருந்தாள். யோசித்தாள். 'இவரை நான் கல்யாணம் செய்துக்க இருந்தேன் சார்' என்றாள் திடீர் என்று.

'அப்படியா?'

'ரிஜிஸ்டர் ஆபிசில டேட் எல்லாம் கேட்டு வாங்கிக்கிட்டோம்.'

'அப்படியா!'

'இவரை நான் கொன்னதா நினைச்சிங்கன்னா அதைப்போல அபத்தம் இருக்க முடியாது.'

'டோண்ட் ஜம்ப்! நாங்க அந்த மாதிரி ஏதாவது சொன்னமா? நீங்களே ஏன் கற்பனை பண்ணிக்கறீங்க?'

'கேள்வி கேக்கற விதத்தைப் பார்த்தா அப்படி இருக்குது. இவர் உயிரோட இருக்கிறதிலேதான் எனக்கு இண்ட்ரஸ்ட் இருக்க முடியும். இவர் என்னைக் கல்யாணம் பண்ணிக்கிட்ட அப்புறம் தான் எனக்கு இவர் சொத்தில ஏதாவது கிடைக்கும்!'

'ரொம்ப கோவிச்சுக்கறிங்க. நாங்க என்ன கேட்டோம்? பத்து மணியில இருந்து எங்க இருந்திங்கன்னுதானே? அதுக்கு பதில் சொல்லிட்டுப் போங்களேன்.'

'பத்து மணிக்கு நான் ஸ்கூல்ல இருந்தேன்.'

'எந்த ஸ்கூல்?'

'ஹோலி கிராஸ். அங்க நான் பிரின்சிபல்.'

'அங்க நீங்க இருந்ததுக்கு சாட்சியங்கள் இருக்குமில்லையா?'

'நிச்சயம்! ஆபீஸ்ல கேளுங்க. அங்க உட்கார்ந்திருந்த கிளர்க்குகளைக் கேளுங்க. ப்யூனைக் கேளுங்க. நான் கிளாஸ் எடுத்த மாணவிகளைக் கேளுங்க. யாரை வேணாக் கேளுங்க.'

'வெரிகுட். அதுதான் எங்களுக்குத் தேவையான விவரம்.'

'நீங்க என்னைச் சந்தேகிச்சு நேரத்தை வேஸ்ட் பண்றதைவிட, எங்க கல்யாணத்திலே கொஞ்சம்கூட விருப்பமில்லாத இவருடைய உறவுக்காரங்க நாலு பேர் இருக்காங்க. அவங்க எங்க இருந்தாங்கன்னு கேளுங்க, அங்குள்ள யார் யாருக்கு இவர் இறந்து போறதாலே லாபம்னு கேளுங்க.'

'கேக்கத்தான் போறோம். கவலைப்படாதீங்க.'

'யாருக்குப் பொறாமை? யாருக்கு இவர் சொத்தில ஆசை? யாருக்கு இவர் இறந்தா லாபம்? எல்லாம் விசாரிங்க' என்றாள் கண்களைத் துடைத்துக்கொண்டு. பிறகு அவர் உடலின் அருகில் சென்று சற்று நேரம் அமைதியாகப் பார்த்தாள். மிகவும் கஷ்டப்பட்டு அழுகையை அடக்கிக்கொண்டு 'சிவப்பிரகாசம்! போயிட்டீங்களா?' என்று மெல்ல சொல்லிக்கொண்டாள். அப்புறம் அழுதாள். கண்களைப் பிரயத்தனத்துடன் துடைத்துக்கொண்டு ஓரமாக நின்றாள்.

'வாங்க கணேஷ்! என்ன, நீங்கதான் முதல்ல பார்த்தீங்களாம்?'

‘ஆமா சார்.’ டிஸி மெலிய வெயில் கண்ணாடியை வீட்டுக்குள்ளும் அணிந்திருப்பது ஒரு குறிக்கோளுடன்தான் என்று நினைத்தான். மீசையைப் பின்னங்கையால் தள்ளிக்கொண்டார்.

‘உங்களுக்கு பத்தரை மணிக்கு டெலிபோன் வந்ததுன்னு பழனிவேல் சொன்னார்.’

‘ஆமா சார்.’

‘நீங்க வந்து பார்த்தப்ப...’

‘சுத்தமா இறந்திருந்தாரு.’

‘பழனிவேல், இன்க்வெஸ்ட்டுக்கு ஏற்பாடு பண்ணிட்டீங்களா?’ போட்டோகிராபரின் கிளிக் கிளிக் கேட்டது. புகைப்படங்களாக எடுத்துத் தள்ளிக்கொண்டிருந்தார். உடல் கிடந்தவாக்கில் இரண்டு, உடலின் மிக அருகே, அறையின் திறந்த வாசல், திறந்த சன்னல், அறையுடன் தொடர்பிருக்கும் மற்ற அறை வாசல்கள். ‘கணேஷ், நீங்க வந்தப்ப இந்த ரூம் கதவு திறந்திருந்தது, இல்லையா?’

‘ஆம்.’

‘சார்! வைட் ஆங்கிள் லென்ஸ் போட்டு ஒண்ணு எடுத்துரவா?’

‘எடுய்யா, எடுய்யா, இதெல்லாம் என்ன கேள்வி? ப்ளட் ஸ்டெய்னை எடு... இந்தாளோட உயிருள்ள படம் ஏதாவது இருக்கா? ஃபுட் ப்ரிண்ட் ஏதாவது பாத்தீங்களா பழனிவேல்?’

‘பாத்தேன் சார். சரியாத் தெரியலை. ஃபிங்கர் ப்ரிண்ட் நிறைய கிடைக்கும்.’

‘கணேஷ், நீங்க எதையும் டிஸ்டர்ப் பண்ணலையே?’

‘இல்லை. பார்த்தவுடனே தகவல் சொல்லிவிட்டு வெயிட் பண்ணிக்கிட்டு இருக்கேன்.’

‘இவர் சொத்தைப்பத்தி டிஸ்கஸ் பண்றதா ஏதாவது சொன்னாரா?’

‘இல்லை, நான் இதுக்கு முந்தி இவரைச் சந்தித்ததே இல்லை.’

‘உங்ககிட்ட டெலிபோன்ல பேசறப்ப என்ன வார்த்தைகளை உபயோகிச்சார்?’

'என்னைக் கொலை செய்ய சதி நடந்துக்கிட்டு இருக்குன்னார்.'

'நடந்துக்கிட்டு இருக்குன்னாரா?'

'ஆமாம்.'

'சதி?'

'ஆமாம்.'

'சதின்னா, நாலு அஞ்சு ஆளு வேணும், இல்லையா? வஸந்த், சதின்னா என்னய்யா அர்த்தம்?'

'வஞ்சனைன்னு சொல்லலாம் சார். சதின்னா ரோகிணி, தாளஒத்து, வட்டம், சீக்கிரம்னு எத்தனையோ அர்த்தம் இருக்கு சார்.'

'சரியாப் போச்சு. உன்னைப் போய்க் கேட்டேன் பாரு.'

'சதின்னா ரெண்டு மூணு ஆளு செய்யறதுன்னு சொல்லிட முடியாது. சதிகாரன்னு ஒருமைகூட வருதில்லையா?'

'இந்த ஆளுக்கு உறவுக்காரங்க நாலு பேர் இருக்காங்க.'

'நாலு பேரும் இவருடைய லிமிடெட் கம்பெனியில டைரக்டர்ஸ் சார்' என்றாள் காந்தா.

'அப்படியா?'

'நாலு பேரும் எங்க இருந்தாங்கன்னு விசாரிச்சிட்டாப் போவுது.'

'எல்லாரும் வருவாங்க பாருங்க. கம்பெனிக்குத் தகவல் போகலையா?'

'போயிருக்குது.'

'அருணாசலம். அருண்னு கூப்பிடுவாங்க. அவரை முதல்ல விசாரிங்க. அவருக்குத்தான் ரொம்பக் கோபம்!'

'எதில?'

'பெரியவர் என்னைக் கல்யாணம் செய்துக்க தீர்மானிச்சதில.'

'எங்கய்யா அந்த கூர்க்கா? இதர் ஆவோ! ஸாப் ஆனேகே பஹலே கோயி இதர் ஆயா தா?'

'ஹான் ஸாப்.'

'கோன் ஆயா தா?'

'அருண் ஸாப் ஆயா தே!'

'கப்?'

'கரீப் தஸ், ஸாடே தஸ் பஜே!'

டிஸி மற்ற அதிகாரிகளைப் பார்த்தார். 'ஏன்யா எல்லாரும் சும்மா உட்கார்ந்துக்கிட்டு இருக்கீங்க? போய் அந்தாளைக் கூட்டிக் கிட்டு வாங்கய்யா.'

'யாரை?'

'பத்து பத்தரை மணிக்கு அந்த அருண் இங்க வந்தாராம்! என்னய்யா கேஸ் நடத்தறீங்க, முதல்ல அந்தாளை விசாரிக்காம?'

'சார், இவன்கூட இந்தி பேச ஆளில்லை!'

'பாழாப்போச்சு. ஓடுங்க. ஓடுங்க முதல்ல.' கணேஷைப் பார்த் தார். 'ஆல் ரைட் கணேஷ். நீங்க போகலாம். பழனிவேல்! இவர் சொன்ன விவரங்களை எல்லாம் நோட் பண்ணி வெச்சிட்டீங்க இல்லை? சரி போயிட்டு வாங்க. ரொம்ப தாங்க்ஸ். உங்களை மறுபடி தேவையிருந்தா டிஸ்டர்ப் பண்றோம். யூ டிட் எ குட் திங், ரிப்போர்ட்டிங் டு அஸ் இம்மீடியட்லி.'

கணேஷ் சற்றுத் தயங்கிவிட்டு, 'வா வஸந்த், போகலாம்' என்றான். காந்தா தன் நகங்களைப் பார்த்துக்கொண்டு இருந்தது சற்று விநோதமாக இருந்தது.

காரில் ஏறிக்கொண்டதும், 'பாஸ்! என்ன அப்படிக் கழட்டி விட்டுட்டார்?'

'ஸால்வ் பண்ணிட்டாங்களே! அந்த ஆளாத்தான் இருக்கும். ரொம்ப சிம்பிள் கேஸ் இது!'

'என்ன சிம்பிள்ங்கிறீங்க?'

'பெரியவரு அம்மாவைக் கல்யாணம் செய்துக்கறது நாலு உறவுக்காரங்களுக்கும் பிடிக்கலை. தீர்த்துக்கட்டிட்டாங்க, சதி பண்ணி! நாலு பேரோ, மூணு பேரோ, ரெண்டு பேரோ.'

‘என்ன உளர்றீங்க பாஸ்?’

‘ஏன்?’

‘கொலை பண்ண வர்றவன் கூர்க்கா பார்க்கும்படியா பட்டப் பகல்ல வந்துட்டுப் போவான்?’

‘கொலை பண்ணணும்னு உத்தேசத்தோட வந்திருக்கமாட்டான். சண்டைபோட வந்திருப்பான். கோபாவேசத்தில...’

‘என்ன உளர்றீங்க பாஸ்?’

‘மறுபடியும் ஏண்டா?’

‘அந்தாளு நம்மகிட்ட என்ன சொன்னார்? என்னைக் கொல்ல சதி நடந்துக்கிட்டு இருக்குதுன்னுதானே?’

‘குழப்பாதே! நமக்கும் இந்த கேஸுக்கும் இனி சம்பந்தம் இல்லை. பேசாம கழண்டுக்க வேண்டியதுதான். ஸெஷன்ஸ்க்குப் போறப்ப நம்மை ப்ராஸிக்யூஷன் விட்னஸ்ஸா கூப்பிடுவாங்க. அப்ப மேற்கொண்டு விஷயம் தெரியும். இப்ப நாம தொரை கேஸை கவனிக்கவேண்டியது முக்கியம்.’

‘காந்தா பேர்ல எனக்கு அவ்வளவு நம்பிக்கை வரலை.’

‘காஸ்ட் அயர்ன் அலிபை வெச்சிருக்கா. பத்தரை மணிக்கு அவ எங்க இருந்தான்னு ஒரு பள்ளிக்கூடமே சாட்சி சொல்லப் போவுது. போகட்டும், நம்மைப் பொருத்த வரையிலும் கேஸ் முடிஞ்சிருச்சு.’

‘எனக்கென்னவோ அப்படித் தோணலை’ என்றான் வஸந்த்.

2

ஒரு வாரத்தில் அந்த கேஸை ஏறக்குறைய மறந்தே போய்விட்டார்கள். வஸந்த் டிவியை விட்டுக் கண்ணை எடுக்கவில்லை. ஒவ்வொரு நாளும் ஒவ்வொரு ஆசியப் பெண்ணிடம் காதல் கொண்டான். ஒருநாள் கொரியாவின் வாலிபால் கன்னி, மற்றொரு நாள் பாஸ்கட்பால் வீராங்கனை, பிறிதொரு நாள் நீச்சல்கார ஜப்பானி! கணேஷ் தினம் தினம் ஹைலைட்ஸ் மட்டும் பார்த்தான். எம்.என். ஸ்ரீனிவாஸ் புஸ்தகத்தைப் படித்து முடித்துவிடுவது என்று அதைப் படுக்கைக்குப் பக்கத்திலேயே வைத்திருந்தான். அவ்வப்போது சிவப்பிரகாசத்தின் உயிரற்ற பார்வை கொஞ்சம் கொஞ்சம் உறுத்தும். கொஞ்ச நாட்களில் அதுவும் விலகிவிட்டது. ஒரு ஞாயிறு அன்று செங்கல்பட்டு போய்வந்தான்.

வஸந்த் தண்ணீர் சேகரிக்க புதுசாக ஒரு பிளாஸ்டிக் பக்கெட் வாங்கிக்கொண்டான். ஒருமுறை இரண்டு பேரும் பாரிமுனைக்குப் போய்விட்டுத் திரும்பி வந்தபோது டெலிபோன் ஒலித்துக்கொண்டிருந்தது.

'கணேஷ்!'

'மிஸ்டர் கணேஷ்?'

'யெஸ்.'

'ஹலோ... ஹலோ...' கணேஷுக்கு மறுமுனையில் கேட்கும் சப்தம் முதலில் புரியவில்லை. கொஞ்சம் கவனித்துக் கேட்டதில் அந்த ஆள் அழுதுகொண்டிருக்கிறான் என்பது தெரிந்தது.

'என்ன பாஸ்?'

'யாரோ அழறாங்க! ஹலோ மிஸ்டர்! டெலிபோன்ல எதுக்கு அழறீங்க? என்ன வேணும் சொல்லுங்க.'

'உங்க உதவி!' என்று விசும்பல்களுக்கு இடையில் கேட்டது ஆண் குரல்.'

'நீங்க யாரு? முதல்ல சொல்லுங்க?'

'அருணாசலம்!'

'அருணாசலம்! ஓ எஸ். கேள்விப்பட்டிருக்கேன். அந்த சிவப் பிரகாசம் கேஸ்...'

'என்னை அரஸ்ட் பண்ணப் போறாங்க சார்.'

'எதுக்கு?'

'பெரியவரைக் கொலை பண்ணேனாம்!'

'அப்படியா?'

'சார், நான் செய்யலை சார்!' அப்போது அவன் டெலிபோன் பிடுங்கப்பட்டு, 'கணேஷ்! பழனிவேல் பேசறேன். நீங்க இந்தாளை ரெப்ரஸண்ட் பண்ணப் போறீங்களா?'

'தலைகால் புரியலிங்க. அந்த ஆளை அரஸ்ட் பண்ணிட்டீங்களா?'

'பண்ணப் போறோம்.'

'மாஜிஸ்ட்ரேட் ஆர்டர் இருக்கா.'

'இல்லை. 41-ல் அரஸ்ட் பண்ணப் போறோம். இந்த ஆளுதான்னு ஏறக்குறையத் தெளிவாயிருச்சு. நீங்க சொன்ன அதே பத்தரை மணிக்கு அங்க வந்திருக்கான். கூர்க்கா பார்த்திருக்கான். வெளியே வெத்தலைப் பாக்குக் கடைக்காரன் பார்த்திருக்கான். வந்து ஒரு பத்து நிமிஷத்துக்குள்ள அய்யா சொல்லாம கொள்ளாம கிளம்பிட்டாரு. அதையும் கூர்க்கா பார்த்திருக்கான்.

மோட்டிவ் இருக்கு. சொத்து! ஏகப்பட்ட ப்ரிண்ட்ஸ் கிடைச் சிருக்கு. எடுத்துக்காதீங்க. நான் உங்க பொஸிஷன்ல இருந்தா இந்த கேஸைத் தொடமாட்டேன். இதோ பேசுங்க!'

'சார் சார் கணேஷ் சார்! எனக்கு வேற யாரும் இல்லை. நான் செய்யலை சார். நான் வந்து பார்த்தபோது இறந்திருந்தார் சார்!'

'இறந்திருந்தாரா? அப்படின்னா அதை ஏன் நீங்க உடனே சொல்லலை போலீசுக்கு?'

'அதான் சார், பெரிய தப்பு பண்ணிட்டேன்.'

'ஏன்?'

'பயத்தினால.'

'என்ன பயம்?'

'என்னை சந்தேகிப்பாங்களோன்னு பயத்தினால.'

'இப்ப என்ன ஆச்சு? உங்களை சந்தேகிச்சு அரஸ்ட்டும் பண்ணப் போறாங்க.'

'சார் சார் என்னை விட்டுராதீங்க சார்! காப்பாத்துங்க. நான் ஒரு பாவமும் அறியாதவன். நான் செய்யலை. என்னை ஒரு முறை வந்து பார்த்தீங்கன்னா போதும் சார். அய்யோ, அய்யோ! என்னதான் செய்வேன்? ராமச்சந்திரா! என்னை வந்து ஒருமுறை போலீஸ் ஸ்டேஷன்ல பார்க்க மாட்டீங்களா? அதுக்குக்கூட கருணை கிடையாதா உங்களுக்கு?'

'கருணைன்னு இல்லை மிஸ்டர். நாங்க ஒரு கேஸை எடுத்துக் கறதா இருந்தா அதுக்கு முதல்ல எனக்கு கன்விக்ஷன் வேணும். அதில்லாம...'

'நீங்க வாங்க சார். நடந்ததைச் சொல்றேன். அப்புறம் என் வார்த் தைல உங்களுக்கு நம்பிக்கை விழலைன்னா என்னை விட்டுருங்க சார்.'

'எந்த போலீஸ் ஸ்டேஷன்ல இருக்கீங்க?'

கணேஷ் குறித்துக்கொள்ள, 'என்ன பாஸ், அதே சிவப்பிரகாசம் கேஸ்தானே?' என்றான் வஸந்த்.

'ஆமா. அந்த அருணாசலத்தை அரஸ்ட் பண்றாங்க. அது குய்யோ முறையோன்னு கூப்பாடு போடுது. நாம அவனுக்கு உதவி செய்யணுமாம். என்ன சொல்றே?'

'உங்களுக்கு என்ன தோணிச்சு?'

'கூவிக் கூவி அழறான் ஆளு!'

'எத்தனை கொலைகாரங்க அழுது பார்த்திருக்கோம்'

'நான் கேஸை எடுத்துக்கறதுக்குச் சொல்லலை. போய் பார்க்கலாமேன்னுதான்...'

'போலீஸ்காரங்க என்ன சொல்றாங்க?'

'அவங்க கடமையைச் செஞ்சிருக்காங்க. பழனிவேல் முடிஞ்சு போன கேஸாவே பேசறாரு. பையன் நல்லா மாட்டிக்கிட்டு இருக்கான்னு தெரியுது.'

'சரி. வாங்க, போய்ப் பார்க்கலாம்.'

'என்னடா திடீர் தீர்மானம்?'

'காந்தா அம்மாவை இன்னும் கொஞ்சம் விசாரிச்சுப் பார்க்கலாமேன்னுதான்.'

'காந்தா அம்மாவையா அல்லது அந்தம்மா பொண்ணையா... என்ன வயசு?'

'பதினஞ்சுன்னு ஞாபகம். சேச்சே! அன்னிக்கு அந்தம்மா பேசினதிலே என்னவோ செயற்கையா இருந்தது. ஸம்திங் ராங்!'

'அவளை ஒண்ணும் செய்ய முடியாது. பத்தரை மணிக்கு ஸ்கூல்ல இருந்திருக்கா.'

'நான் அவ கொலை பண்ணதாச் சொல்லலை பாஸ்! என்னவோ செட்டப்பு! வாங்க நம்ப அழுமூஞ்சியைப் பார்க்கலாம், என்ன?'

காவல் நிலையம் அமைதியாக இருந்தது. அருணாசலத்தின் அழுகுரலைத் தவிர.

'யோவ்! இந்த மாதிரி பூபூன்னு அழுதா பல்லல்லாம் பேத்துருவேன்' என்று கான்ஸ்டபிள் அதட்ட, கணேஷைப் பார்த்ததும் அழுகை பலமாகிவிட்டது.

'எங்கய்யா இன்ஸ்பெக்டர்?'

'வெளியே போயிருக்காருங்க. ஏதோ பொதுக் கூட்டத்தில தகரார்று. நீங்க உக்காருங்க.'

அருணாசலத்துக்கு முப்பது வயது இருக்கும். ஜிப்பா போட்டி ருந்தான். அது பூராவும் கண்ணீராலும் வியர்வையாலும் நனைந் திருந்தது. கைகளை பெஞ்சில் ஊன்றிக்கொண்டு, 'கணேஷ்! கணேஷ்! எனக்கு பயமா இருக்குது. கணேஷ், நான் இல்லை கணேஷ்! நான் இல்லை!'

வஸந்த் அருகில் சென்று அவனை ஏதோ ம்யூஸியம் பொருளைப் போலப் பார்த்து, 'யோவ்! உனக்கு என்ன வயசு?' என்றான்.

'முப்பது! நான் இல்லை கணேஷ், நான் இல்லை கணேஷ்!'

'முப்பது வயசுக்கு பொட்டை மாதிரி அழுவறியே, வெக்கமா இல்லை? நிறுத்தய்யா.'

'சொல்வீங்க. உங்களைக் கொலைக் குற்றத்துக்கு அரஸ்ட் பண்ணா தெரியும்' என்று குழந்தைபோல பேசினான்.

'என்ன பாஸ். இவனைப் பார்த்தா சிரிப்பு வரலை? இதப் பாரு, பாசாங்கெல்லாம் முதல்ல விட்டுத் தொலை. கொலை செஞ்சி ருந்தா செஞ்சேன்னு சொல்லு. தண்டனையை வேணா கொஞ்சம் குறைச்சுக் கொடுக்கும்படியா பேரம் பண்ணிப் பார்க்கலாம்.'

'இரு வஸந்த். மிஸ்டர் அருணாசலம். உங்களை அரஸ்ட் பண் ணிட்டாங்களா?'

'இதோ பண்ணப் போறாங்க. அதுக்குத்தான் அவங்க கூட்டிக் கிட்டு வந்திருக்காங்க.'

'சரி, என்ன நடந்தது அன்னிக்கு? சொல்லுங்க.'

'காலைல நான் சிவா சாரைப் பார்க்க வீட்டுக்குப் போனது நிசந்தாங்க.'

'சிவா சார்?'

'அதான் சிவப்பிரகாசம்.'

'நீங்க அவருக்கு என்ன ஆகணும்.'

‘ஒண்ணுவிட்ட உறவுங்க. தம்பி மகன் மாதிரி.’

‘நேர் வாரிசு கிடையாதா அவருக்கு?’

‘கிடையாதுங்க. பெரியம்மா இறந்து போயிட்டாங்க. அவங்க தான் எங்க எல்லாரையும் வளர்த்தாங்க.’

‘சரி, சொல்லுங்க.’

‘காலைல அவரைப் பார்க்க வந்திருந்தேங்க. அறையில நுழைஞ்ச உடனே அவரு கீழே கிடந்ததைப் பார்த்தேன். பயந்து ஓடி வந்துட்டேங்க.’

‘எதுக்காக பயப்படணும்? ஏன்யா, அந்த சமயத்தில அவருக்கு உயிர் இருந்திருந்ததுன்னா?’

‘அவருக்கு அப்ப நிச்சயம் உயிர் இல்லைங்க. மண்டையிலே அடிபட்டு ... ரத்தம் உறைஞ்சு...’

‘இதப் பாரு. ராத்திரி வேளையில அந்த வர்ணனை எல்லாம் வேண்டாம். சரி டெட் பாடியைப் பார்த்த, பேசாம போலீசுக்குச் சொல்லவேண்டியதுதானே?’

‘பயந்துட்டேன் சார்... பயந்துட்டேன்! ராத்திரிதான் பெரியவர் கிட்ட பெரிசாச் சண்டை போட்டுட்டு வந்திருக்கேன். எல்லார் முன்னிலையிலும்! உடனே என்னைத் தான் சந்தேகப் படுவாங்கன்னு பேசாம போயிரலாம்னு வந்துட்டேன்.’

‘என்ன பைத்தியக்காரத்தனம்! கூர்க்கா பார்த்திருக்க மாட்டானா?’

‘அவன் பார்த்ததை நான் கவனிக்கலை. என்னை யாரும் பார்க் கலைன்னு நினைச்சுக்கிட்டு, பேசாம எதுக்கு வம்புன்னு வந்துட்டேன் சார். இதான் சார் நடந்தது.’

‘சரி, வம்பில மாட்டிக்கிட்டீங்க. இது யாரு?’

‘ஓரத்தில் மூக்கு நுனி சிவந்து ஒரு பெண் உட்கார்ந்திருந்தாள். சுமார் பதினைந்து வயசு இருக்கும்.’

‘தங்கை சார்.’

‘பேர் என்னம்மா?’ என்றான் வஸந்த்.

'அனு' என்றாள்.

'அனு, ஏன் அழறே?'

'அண்ணா! அண்ணா!' என்றாள். 'அண்ணாவை ஜெயில்ல போடப்போறாங்க.'

'கவலைப்படாதே. அண்ணாவை நாங்க காப்பாத்தறோம்' என்று அவளைக் கன்னத்தில் தடவிக் கொடுத்தான். 'வா! நீயெல்லாம் போலீஸ் ஸ்டேஷன் வரக்கூடாது!'

வஸந்த் தன் கைக்குட்டையை எடுத்து உதறி அவள் கண்ணீரைத் துடைப்பதை கணேஷ் கவலையுடன் பார்த்துக் கொண் டிருந்தான்.

'சார், அண்ணாவை ஜெயில்ல போடப்போறாங்களா சார்?'

'எவன் போடறான் பார்த்துரலாம்.'

'ஏய் வஸந்த்!'

'பாஸ், இந்தாளை இன்னும் அரஸ்ட் பண்ணலை இல்லை? எதுக்கு போலீஸ் ஸ்டேஷன்ல இருக்கணும்? வாய்யா அருண். வீட்டுக்குப் போகலாம். அங்க வந்து கூட்டிட்டுப் போகட்டும்.'

'வஸந்த், வெய்ட் வெய்ட்.'

'இவங்களுக்கு உரிமையே கிடையாது. வேணுமின்னா வந்து கூட்டிட்டுப் போகட்டும்.'

'பாரு! உன்னையே அரஸ்ட் பண்ணிடுவாங்க. அவர் வரட்டும்.'

'யாரு?'

'பழனிவேல்.'

'அவர் வர்றவரைக்கும் நாம காத்திருக்கவேண்டிய அவசியமே இல்லை.'

'என்ன இங்க?' என்று உள்ளே நுழைந்தார் பழனிவேல்.

'வாங்க, உங்களுக்காகத்தான் காத்துக்கிட்டு இருக்கோம்.'

'எதுக்கு?'

'இவரை அழைச்சுட்டுப் போக.'

'அழைச்சுட்டுப் போகவா? என்ன கணேஷ், நான் உங்ககிட்ட சொல்லலியா, இவரை அரஸ்ட் பண்ணப் போறோம்னு?'

'மாஜிஸ்ட்ரேட் ஆர்டர் இல்லாமலா?'

'காக்னிஸிபிள் அஃபென்ஸ். ரீஸனபிள் சஸ்பிஷன். செக்ஷன் 41-ல் தள்ளப்போறோம்.'

'என்ன அஃபென்ஸ்?'

'மர்டர்! என்ன தெரியாத மாதிரி கேட்கறீங்க?'

'பழனிவேல், கொஞ்சம் தனியா வர்றீங்களா?' என்று கணேஷ் அவரைத் தனியாக அழைத்துச் சென்றான்.

'என்னங்க கணேஷ், அந்தாளு அழறான்னுட்டு உங்களுக்கு பச்சாதாபம் வந்திருச்சா? எல்லாம் பொய். தெரியுமில்லை?'

'ரீஸனபிள் டவுட்டு இருந்ததுன்னா சரி.'

'டவுட்டா? நிச்சயம் இந்தாளுதான்.'

'எப்படி சொல்றீங்க?'

'இவன் சொன்னதெல்லாம் முன்னுக்குப் பின் முரணா இருக்கு. இவனை வீட்டில் வெச்சு புடிச்சோம். எங்கேயோ அவசரமாக் கிளம்பிக்கிட்டு இருந்தாரு அய்யா. பிடிச்சு இண்டராகேஷனுக்கு கொண்டுட்டு வந்தமா, எப்பய்யா அங்க போனேன்னு கேட்டப்ப முதல்ல அங்க போகவே இல்லைன்னு சாதிச்சான். கூர்க்கா உன்னைப் பார்த்திருக்கான்னு சொன்னா, மெல்ல, போனேன்னு ஒப்புத்துக்கறான். சரி, என்னடா பார்த்தே? அந்தாளு செத்துக் கிடந்ததைப் பார்த்தேன்னான். ஏண்டா போலீசுக்குச் சொல்ல லைன்னா, பயந்துட்டேன்கறான். ஏண்டா பயம்னா நேத்து அந்தாளோட சண்டை போட்டுட்டேன், அதால எம்மேல சொல்லிடுவாங்களோன்னு பயம்! இப்படி சுத்தி வளைச்சு ஒரு காரணம் சொல்றான். சரி. எத்தனை மணிக்கு அந்தாளு இறந்து கிடந்ததைப் பார்த்தேன்னு கேட்டா, மாட்டிக்கிட்டான்! ஒம்பதரை மணியாம்! பத்தரை மணிக்கு அந்தாளு டெலிபோன்ல பேசியிருக்காரு கணேஷ்கிட்டன்னா, உடனே சரியா டயம் ஞாபகமில்லை,

பத்தரை மணியாகக்கூட இருக்கலாம்கறான். சொன்னதெல்லாம் மாத்திக்கிட்டே போனான்!'

'இவனுக்கு மோட்டிவ் இருக்குதா?'

'நிச்சயம் இருக்குது. பெரியவர் சொத்து இவங்களுக்குத்தான் வரணும். இருக்கறதுக்குள்ளயே கிட்டத்து உறவு இவன்தான்.'

கணேஷ் கன்னத்தைச் சொரிந்துகொண்டு தூரத்தில் அருணா சலத்தைப் பார்த்தான். பெஞ்சில் உட்கார்ந்துகொண்டு அவன் தன் உள்ளங்கையைப் பார்த்துக்கொண்டிருக்க, வஸந்த் அவன் தங்கையை முதுகில் தடவிக்கொண்டிருந்தான்.

'அவன் சொன்னது ஒண்ணு கூட நேரா இல்லை. அரஸ்ட் பண்ணி கொஸ்சன் பண்ணிடுங்கன்னு டிஸி சொல்லிட்டார்.'

'வஸந்த், இங்க வா.'

வஸந்த் அந்தப் பெண்ணிடம் ஏதோ சொல்லிவிட்டு வந்தான்.

'வஸந்த். ஒரு பெயில் அப்ளிகேஷன் போட்டுரு. இந்தாளை ரிலீஸ் பண்ணிக்கிட்டு...'

'போட்டுட்டாப் போவுது.'

'சார், நீங்க அரஸ்ட் பண்றதா இருந்தா உடனே பெயில்ல ரிலீஸ் பண்ணி ஆகணும். ஷ்யூரிட்டி எவ்வளவுன்னு சொல்லுங்க.'

'பாருங்க, இந்தாளு செஞ்சது நான்-பெய்லபிள் அஃபென்ஸ்.'

வஸந்த் பழனிவேல் அருகில் சென்று, 'சார், நீங்களும் ரொம்ப தோஸ்த். நாங்க கொஞ்சம் ஒழுங்கா லா படிச்சவங்க. செக்ஷன் 436 என்ன சொல்லுது?' என்றான்.

'என்ன சொல்லுது?'

'செக்ஷன் 436 தெரியாது? உங்களுக்கெல்லாம் பழைய செக்ஷன் தான் சொல்லித் தந்திருப்பாங்க, இல்லை? பழைய செக்ஷன் 496. அது ஒரு ஆளை 'அதர் தான் எ பர்ஸன் அக்யூஸ்ட் ஆஃப் நான்-பெய்லபிள் அஃபென்ஸ்'னுதான் சொல்லுது. அப்ப இந்தாளை நீங்க சந்தேகத்தின் பேரில் அரஸ்ட் பண்ணப் போறீங்க. இன்னும் இவன் பேர்ல அக்யூசேஷன் இல்லை.'

‘பெய்ல்கூட இல்லாமல் பர்ஸனல் பாண்டு வாங்கிட்டு ரிலீஸ் பண்ணலாம். அதுக்கு உங்களுக்கு பவர் இருக்குது’ என்றான் கணேஷ்.

‘நீங்க சொல்றதெல்லாம் பெய்லபிள் அஃபன்ஸுக்குத்தான்யா!’

‘கொலைக்குற்றம் நான்-பெய்லபிள். கொலைக் குற்றம் செய்ததா சந்தேகப்படறது பெய்லபிள். கல்கட்டா ஹை கோர்ட்ல ஒரு கிளாசிக் ஜட்ஜ்மெண்ட் இருக்குது.’

‘என்னங்க போட்டுக் குழப்பறீங்க!’

‘குழப்பம் ஒண்ணுமில்லை. பழனிவேல், உங்களுக்கு இவனை கைது பண்றதுக்கு அவசரமா?’

‘அப்படி ஒண்ணும் இல்லை.’

‘நாளைக்கு சாயங்காலம்வரைக்கும் காத்திருக்கலாம் இல்லை?’

‘ஏஸிபியைக் கேக்கணும்.’

‘ராத்திரி கஸ்டடில வெச்சுக்கிட்டு என்ன செய்யப் போறீங்க? தப்பிச்சு போயிருவான்னா? ஊரை விட்டு ஓடிப்போற சாதியாத் தெரியலை. பார்த்தா பூச்சி மாதிரி இருக்கான். நாங்க ஷ்யூரிட்டி கொடுக்கறோம். அரஸ்ட் பண்ணனும்னா நாளைக்கு நல்ல வெளிச்சத்துல வெச்சுக்குங்க. மாஜிஸ்ட்ரேட் ஆர்டர் வாங்கிக் கவும் உங்களுக்குச் சமயம் இருக்கும்.’

‘இவன்தான் செஞ்சான்னு நீங்க நம்பறீங்களா இல்லையா?’

‘அப்படித்தான் தோணுது.’

‘பின்ன ஏன் இந்தாளுக்கு வக்காலத்து வாங்கறீங்க?’

‘பாருங்க! பச்சைப் புள்ளை மாதிரி தங்கச்சி! அப்பா அம்மா யாரும் இல்லையாம். அழுது அழுது மூக்கு என்னமா சிவந்திருக்கு, பாருங்க. அதுக்கு ஏதாவது ஏற்பாடு செய்யவேண்டாமா? திடீர்னு கைது பண்ணிட்டா எப்படி?’

பழனிவேல் கொஞ்சம் யோசித்து, ‘சரி, உங்க ஷ்யூரிட்டிபடி நான் அனுமதிக்கிறேன். நாளைக்குச் சாயங்காலம் ஆளைக் கொண்டு வந்து விட்டுருங்க’ என்றார்.

'வாரண்ட் ஆஃப் அரஸ்ட் தயாரிச்சு வெச்சுக்கறது உத்தமம்' என்றான் வஸந்த். 'உங்களுக்கு எல்லா பவரும் இருக்கு. ஒத்துக் கறேன். ஆனா செக்ஷன் 41-ஐ சாதாரணமா க்ரைம் பிரிவன் ஷனுக்குத்தான் உபயோகிப்பாங்க. மொஹமத் இஸ்மாயில் வர்ஸஸ் தி எம்பரர், ஏ ஐ ஆர் 1939-ல...'

'இதப் பாருங்க, போதும், அழைச்சிட்டுப் போங்க. குழப்பாதீங்க. அதெல்லாம் வேண்டாம். 1938-ல நான் பிறக்கக்கூட இல்லை' என்றார் பழனிவேல்.

வஸந்த், 'அனு வா போகலாம்! வாய்யா அருணாசலம். போதும் அழுதது. அனு, எங்க வீட்டில படுத்துக்கறியா இன்னிக்கு?'

'சரி அண்ணா.'

'இதப் பாரு, இந்த மாதிரி அண்ணா எல்லாம் வேண்டாம்னு சொல்லியிருக்கன் இல்லை? தமிழ்நாடு பூராவும் அண்ணாவை வெச்சிக்கிட்டு ஏமாத்தறாங்க, இல்லை!'

'பின்ன எப்படிக் கூப்பிடறது?'

'வஸந்த்துன்னு கூப்பிடு. இன்னிக்கு எல்லாம் இருந்தா எனக்கு என்ன வயது இருக்கும்ங்கறே?' என்று அனுவைத் தோளில் அணைத்து அழைத்துச் சென்றான் வஸந்த்.

'வஸந்த், ஐ ஸீ ஸம் மிஸ்சீஃப்' என்று கணேஷ் எச்சரித்தான்.

'என்ன பாஸ், கிளையண்டுக்கு உதவி பண்ணக்கூடாதா?'

'அருணாசலம், உங்களை நான் வீட்டில கொண்டுவிடறேன். நாளை மாலைவரை தாற்காலிகமா விடுதலை கிடைச்சிருக்கு.'

'சார், நடந்தது அத்தனையும் சொல்லிடறேன்' என்றான் கண் களில் நன்றியுடன்.

'அதான் சொன்னீங்களே.'

'சொல்லவேண்டியது நிறையவே இருக்கு கணேஷ். உங்க ஒருத்தராலதான் என்னைக் காப்பாத்த முடியும்.'

'இப்ப காப்பாத்தறதைப் பத்தி யாரும் பேசலை. நீங்க போலீஸ் கிட்ட சொன்னதெல்லாம் முன்னுக்குப் பின் முரணா இருக்குது.

முதல்ல ஒம்பதரை மணிக்கு பாத்தேன்னீங்களாம். அப்புறம் சிவப்பிரகாசம் போன் பண்ணதைப் பத்தி போலீஸ் சொன்னப் புறம் டயத்தை மாத்திக்கிட்டீங்களாம்.'

'என்கிட்ட கெடியாரம் இல்லை சார். எனக்கென்னவோ குத்து மதிப்பாத்தான் டயம் ஞாபகம் இருந்தது. சிவா சாரைப் பார்க்கக் கிளம்பறப்ப ஒம்பதுன்னு எங்கேயோ மணிக்கூண்டில பார்த்த ஞாபகம். கார்ப்பரேஷன் கெடியாரம் நின்னுகூடப் போயிருக் கலாம். அதை வெச்சுக்கிட்டு என்னைப் போய்க் குடைஞ்சா எப்படி சார்?'

'நீங்க வந்தப்ப அவர் இறந்திருந்ததைப் பார்த்தீங்க.'

'நிச்சயம், அதான் பயந்துக்கிட்டு ஓடி வந்துட்டேன்.'

'அவர் சொத்து உங்களுக்கு வருமா?'

'அதை என் கேக்கறீங்க? அது ஒரே குழப்பம்! அவர் சொத்து எது, சொந்த சொத்து எது. ஜாயிண்ட் ஃபேமிலியோடது எதுன்னு தகராறு இருக்கு. அதாவது எங்க எல்லாருக்கும் பொதுவா ஒரு தாத்தா! அவர் பேரும் சிவப்பிரகாசம்தான். அவர் வெச்சிருந்த லாண்டட் ப்ராப்பர்ட்டியை வித்துத்தான் இந்த எஸ்பி இண்டஸ்ட்ரீஸ் எல்லாம் வந்தது. முதல்ல சின்ன சிவப் பிரகாசம்தான் கர்த்தாவா இருந்தாரு. அப்புறம் ஆட்டைத் தூக்கி மாட்டுல போட்டு என்ன என்னவோ செய்து எல்லாம் என்னுதுதான்னு சொல்லிட்டாரு. நாலு பேரையும் டைரக்டராப் போட்டு லிமிடெட் கம்பெனில ஷேரு கீருன்னு என்ன என்னவோ செய்தார். ஆரம்ப நாட்கள்ள கொஞ்சம் ஏமாந் துட்டம். இப்ப தட்டிக் கேக்கறப்ப, உங்களுக்கு பாத்தியதையே இல்லை, எல்லாம் என்னுதுன்னு சொல்லி பங்குக்கு ஆளுக்கு பத்தாயிரம் ரூபாய் கொடுத்து, அதாவது ப்ராப்பர்ட்டியோட பழைய வேல்யுவைப் போட்டு கணக்கு பண்ணிட்டார். எங்கப்பா வழியா வந்த கொஞ்சம் சொத்தும் அதில அடக்கமாகிப் போயி அதில எனக்குத்தான் அதிக நஷ்டம். கேட்டதுக்கு இவளை ஸ்வீகாரம் எடுத்துக்கறேன்னு சொல்லிண்டிருந்தார். அதுக்குள்ள அந்த காந்தா வந்து கதையே மாறிப்போச்சு. உடனே போய், என்ன பெரியப்பா இப்படி வாக்கு கொடுத்துட்டு ஏமாத்திட் டீங்களேன்னு சண்டை போட்டேன். அந்த காந்தாவும் இருந்தா. சரியான பொம்பளை சார்! சொத்து மேலே குறி.'

‘அவரை யார் கொன்னிருக்க முடியுங்கறீங்க?’

‘அவர் பிஸினஸ்ல பண்ண தகிடுதத்தம் யாருக்குத் தெரியும்? என்ன விரோதமோ, எப்படிப்பட்ட விரோதமோ, எத்தனையோ இதில இருக்கலாம். ஆனா நான் இல்லை. சண்டை போட்டேன். வாஸ்தவம். கொலை மட்டும் போற அளவுக்கு இல்லை. சார் அனுவைக் கேளுங்க. ஒரு எறும்பைக்கூட கொல்லமாட்டேன். என்னப்போயி...’

‘காந்தா செய்திருப்பாங்களா?’

‘சேச்சே! அவளுக்கு அவர் உயிரோட இருக்கிறதிலதான் லாபம்.’

‘மத்த மூணுபேர் சொன்னீங்களே, அவங்கள்ளாம் யாரு?’

‘கஸின்ஸ்! அழகான ஜாயிண்ட் ஃபேமிலியோட மத்த மெம்பருங்க. மத்த டைரக்டார்ஸ்!’

‘அவங்களையும் போலீஸ் விசாரிச்சாங்களா?’

‘விசாரிச்சாங்க. எல்லாரும் அந்த பத்தரை மணி சமயத்திலே அந்த வீட்டுப் பக்கம் தலைவெச்சுக்கூடப் படுக்கலை! மூணு பேரும் ஆபீஸில் இருந்திருக்காங்கன்னு தீர்மானமாத் தெரிஞ்சுபோச்சு. ஆபீஸில அவங்க சொல்லித்தான் காந்தாவைக் கல்யாணம் பண்ணிக்கிற தகவல் தெரிஞ்சது. அவங்க சொல்லித்தான் அவரைப் பார்க்கப் போனேன். மாட்டிக்கிட்டேன்!’

‘அதாவது சொத்தோட சம்பந்தப்பட்டவங்க - உறவுக்காரங்க யாரும் இதைச் செய்திருக்க முடியாது?’

‘முடியாது சார்.’

‘சரியான கேஸ்யா இது!’

‘இப்ப சொத்து யாருக்கு வரும்?’

‘எங்க நாலு பேருக்கும்தான் வரணும். அதில என்ன சிக்கலோ யார் கண்டது? எனக்குச் சொத்து வேண்டாம்!’

காரை ராயப்பேட்டை அருகில் அந்த வீட்டில் நிறுத்தியபோது ‘உள்ள வரீங்களா?’ என்றான் அருணாசலம்.

‘இல்லை, நேரமாயிருச்சு.’

கணேஷ், காரைக் கிளப்பி, அது வேகம் பிடித்ததும் 'கேஸை எடுத்துக்கறதாத் தீர்மானிச்சுட்டீங்களா?' என்றான் வஸந்த். கணேஷ் மௌனமாக இருந்தான்.

'அருணாசலத்தைப் பத்தி என்ன நினைக்கிறீங்க?'

'ஒண்ணுமே நினைக்கலை. பார்த்தா இன்னொஸண்ட் மாதிரித் தான் தெரியுது! சொல்ல முடியாது. அந்தாளு சொல்றது நிஜம்னு வெச்சுக்கிட்டா என்ன ஆறது?'

'ரொம்ப உதைக்கும்.'

'இந்த ஸினேரியோவைப் பாரு. பத்தரை மணிக்கு சிவப்பிரகாசம் நமக்கு போன் பண்றாரு. அதுக்கப்புறம் யாரோ அவங்க, வரான் அல்லது வராங்க. சிவப்பிரகாசத்தைக் கொலை பண்ணிட்டு உடனே போயிடறாங்க. அதுக்கப்புறம் அருணாசலம் வர்றான். உடல் கீழே கிடக்கிறதைப் பார்த்திட்டு பயந்து ஓடிப் போயிர்றான். அதுக்கப்புறம் நாம வர்றோம். பதினொண்ணரைக்கு. அதாவது, ஒரு மணி நேரத்துக்குள்ள மூணு பார்ட்டி வந்து போயிருக்கு!'

'அதில ரெண்டு பார்ட்டியைத்தான் கூர்க்கா பார்த்திருக்கான்!'

'எங்கயோ சரியில்லை வஸந்த்!'

3

மறுதினம் காலையிலிருந்து கணேஷ் செயல்படுவதில் விநோதங்கள் இருந்தன. வஸந்திடம், காரணம் சொல்லாமல் சில காரியங்களை செய்யச் சொன்னான். முதலில் ராயப்பேட்டையில் அந்த அருணாசலத்தின் வீட்டுக்குப் போகலாம் என்றான். மவுண்ட் ரோடு வெலிங்டனில் திரும்பி ஓடியன் வழியாகச் சென்று ஆஸ்பத்திரியைக் கடந்ததும் 'வஸந்த், நிறுத்து!' என்றான்.

'ஏன் பாஸ், அங்க போகவேண்டாமா?'

'வேண்டாம்.'

'அனு எப்படி இருக்குன்னு ஒரு நடை போய் விசாரிச்சுட்டு வந்துரலாமே?'

'வேண்டாம்.'

'இப்ப இங்க எதுக்காக வந்தோம்?'

'வந்த விஷயம் வேற.'

'அருணாசலத்தைப் பார்க்க வரலையா?'

'இல்லை.'

வஸந்த் அவனை ஒரு மாதிரி பார்த்து, 'இப்ப என்ன செய்யணும்?' என்றான்.

‘வந்த வழிலயே திரும்பிப்போ.’

திரும்பிச் செல்லும்போது மவுண்ட் ரோடுக்குச் செல்லும் ஒரு வழிப் பாதையைப் பிடிக்குமுன் அந்த முனையில் நிறுத்தச் சொன்னான். ‘ஏன் பாஸ், குதிரை வண்டி விசாரிக்கணுமா?’

‘ஓரத்தில் பார்க் பண்ணிக்கிட்டு காத்திரு, வந்துர்றேன்’ என்று சட்டென்று இறங்கிக்கொண்டு அந்த முனையில் பூங்கா போல பாசாங்கு பண்ணிக்கொண்டிருந்த இடத்தை நோக்கி நடந்தான். வஸந்த் சிகரெட் பற்ற வைத்துக்கொண்டு அவன் போகும் திசையையே பார்த்துக்கொண்டிருந்தபோது பள்ளிக்கூடச் சிறுமிகள் சீருடையுடன் விரைவாக நடந்து செல்வது அவன் கவனத்தை ஈர்த்தது. அதில் ஆழ்ந்திருந்தபோது கணேஷ் உடனே வந்துவிட்டான். ‘என்ன ஆச்சு?’

‘போன காரியம் ஆகலை.’

‘போன காரியம் என்ன?’

‘அப்புறம் சொல்றேன்.’

‘என்ன பாஸ்! ரொம்ப மர்மமா வேலை செய்யறீங்க?’

‘மனசுக்குள் ஒரு தியரி வெச்சிருக்கேன். அதை இன்னும் உங்கிட்ட விவாதிக்கிற நிலைமைக்கு வரலை. இப்ப எனக்கே சற்றுக் குழப்பமா இருக்குது!’

‘இப்ப எங்கே போகணும்?’

‘காந்தா பிரின்சிபலா இருக்காங்களே, அந்த கான்வெண்ட் பள்ளிக்கு.’

‘ஹோலி கிராஸ்.’

‘எங்க இருக்கு தெரியுமா?’

‘என்ன பாஸ். வஸந்துக்கு உருப்படியாத் தெரிஞ்ச ஒரே விஷயம் இந்த மாதிரி பெண்கள் பள்ளிக்கூடங்கள் எங்க இருக்கிறதுன்னு தானே! இந்த ஏரியாவிலகூட ஒரு முஸ்லிம் பெண்கள் பள்ளி இருக்கு தெரியுமோ?’

பள்ளி நுங்கம்பாக்கத்தில் இருந்தது. காம்பவுண்டு சுவர்கள் உயரமாக இருந்தன. செல்வாக்கு உள்ளவர்கள் சேர்க்கும் பள்ளி

போலும். வாசலில் கொத்துக் கொத்தாக கார்கள் காத்திருக்க, வெளிர் பச்சையில் ஸ்கர்ட்டும் வெள்ளைச் சட்டையும் அணிந்து கணக்கில்லாத பெண்கள் உள்ளே ஆரவாரமாக நுழைந்து கொண்டிருந்தார்கள். வாசலில் நிறுத்திவிட்டு வஸந்த் 'முதமுதல்ல கர்ள்ஸ் ஸ்கூல்ல இப்பதான் நுழையறேன் பாஸ்!' என்றான்.

'பொய் சொல்லாத! நுழைய அனுமதி தராங்களா பார்க்கலாம்.'

'யாருங்க?'

'காந்தா அம்மாவைப் பார்க்கணும்.'

'பார்வையாளருங்களுக்குத் தனியா நேரம் இருக்குதே.'

'அது எப்ப? ராத்திரியா?'

'இல்லை. பத்தரை மணிக்குங்க. என்னங்க? அட்மிஷனா? எல்லாம் முடிஞ்சுருச்சுங்களே!'

'மந்திரிப்பா, சீட்டு கேட்டு அனுப்பிச்சிருக்காரு.'

'பத்தரை மணிக்கு மேலதாங்க அனுமதி.'

'ஏம்பா மந்திரி ஆளுங்களுக்குக்கூட அனுமதி இல்லையா?'

'என்ன மந்திரிங்க?'

கணேஷ் குறுக்கிட்டு, 'இல்லைங்க. நாங்க பத்தரைக்கே வர்றம்' என்றான்.

'பார்ட்டி யாருன்னு சொன்னீங்கன்னா...'

'பரவாயில்லைங்க. நேரத்தில வர்றம். வா வஸந்த்' என்றான். காரில், 'இதப் பார், பொய் சொல்றது உனக்கு வழக்கமாகவே போயிருச்சு. பொய்யை ஒரு அளவோட பிரயோகிக்கணும்' என்றான்.

'பொய்மையும் வாய்மையிடத்த புரைதீர்ந்த நன்மை பயக்கு மெனின்னு வள்ளுவர் சொல்லியிருக்கார்.'

'அவர் என்ன வேணா சொல்லிட்டுப் போகட்டும். நீ கணேஷ் சொல்றதைக் கேளு.'

'இப்ப என்ன?'

மீண்டும் ஒரு குற்றம் • 47

'இன்னும் முக்கா மணி இருக்கு. இங்கேயே காத்திருக்கலாம்.'

'ரொம்ப உத்தமம்! அடடா! பதினைஞ்சும் பதினாலுமா எத்தனை மலர்கள்! ஒவ்வொருத்தியும் ஸ்கர்ட் போட்டுட்டு சர்ட் போட்டுக் கிட்டு வர்றதே எக்ஸைட்டிங்கா இல்லை? அதப் பாருங்க. அந்தப் பொண்ணு நிச்சயம் பாஸ்கெட் பால் ஆடும்!'

'வஸந்த்!' என்று அதட்டினான்.

'ஸாரி, நீங்க பாட்டுக்கு ஏதாவது புஸ்தகத்தை வெச்சு படிச்சிட் டிருங்க.'

பத்தரை மணிக்கு அவர்கள் உள்ளே போய் மர நிழலில் காரை நிறுத்தினார்கள். எல்லாப் பெண்களும் எங்கே என்பதுபோல் அந்த இடம் முற்றிலும் அமைதியாக இருந்தது. 'ஒரு நடை பாத்ரூமை எட்டிப் பார்த்துவிட்டு வந்துரணும். பெண்கள் பள்ளியில் பாத்ரூமில் என்னவெல்லாம் எழுதியிருப்பாங்கன்னு என் ஃப்ரெண்டு ரிஸர்ச் பண்ணிக்கிட்டு இருக்கான்.'

பிரின்சிபலின் அறை முகப்பில் உட்கார்ந்திருந்த மலையாளப் பெண் அவர்களைச் சந்தேகத்துடன் பார்த்து, 'இஸ் இட் அட்மிஷன்?'

'நோ! ஸம்திங் பர்ஸனல்.'

'பேர் சொல்லுங்க.'

கணேஷ் தன் பெயரைச் சீட்டில் எழுதி உள்ளே அனுப்பிவிட்டு, சுற்றிலும் பார்த்தான். அலமாரி முழுவதும் பள்ளிக்குக் கிடைத்த கேடயங்கள் நெருக்கமாக அடுக்கிவைக்கப்பட்டிருந்தன. சுவரில் காமராஜ் ஏதோ ஒரு கட்டடத்துக்கு அடிக்கல் நாட்டிக் கொண்டிருந்தார். நேரு ஒரு சில குழந்தைகள் தோளில் கை போட்டுக்கொண்டு உற்சாகமாக உள்ளே நுழைந்து கொண்டிருந்தார். கரும் பலகையில் அறிவிப்புகள், அன்றைய பொன்மொழி எல்லாம் எழுதியிருக்க, யாருக்கோ சமயம் இருந்து ரோஜா ரோஜாவாக அலங்காரம் வேறு வரைந்திருந்தது. கண்ணாடி போட்டுப் பூட்டிய பலகைக்குள் ஆசிரியைகளின் ட்யூட்டி டைம்டேபிள் இருந்தது. கணேஷ் அதைச் சற்று கூர்மையாகப் பார்த்தான்.

'வஸந்த், என்னிக்கு அந்தச் சம்பவம் நிகழ்ந்தது?'

'பத்தாம் தேதின்னு நினைக்கிறேன். ஏன்?'

'சரியா கிழமை பார்த்து அன்னிக்கு காந்தாவுக்கு என்ன கிளாஸ் இருந்ததுன்னு இதில பாத்துரு' என்று தாழ்வாகச் சொன்னான்.

'உங்களைக் கூப்பிடறாங்க.'

இருவரும் உள்ளே சென்றார்கள்.

'நீங்களா! ஈ.எம். செக்ரெட்டேரியட்டில் ஒரு கணேஷ் இருக்கார். அவர்தான்னு நினைச்சேன்.' அவள் முகம் சற்று கடுமையாகியது. 'என்ன வேணும் உங்களுக்கு? போலீஸுக்கு எல்லாம் சொல்லி யாச்சு. எத்தனையோ கேள்விகள் கேட்டாச்சு! எனக்கு அந்தச் சம்பவத்தை மறக்கணும். மறக்க விடமாட்டீங்க போல இருக்கே!'

'நாங்க போலீஸ் இல்லைங்க; மிஸ்டர் அருணாசலம் சார்பாக வந்திருக்கோம்.'

'அருணாசலம்தான் அதை செஞ்சிருப்பான்.'

'எப்படி அவ்வளவு நிச்சயமாச் சொல்றீங்க?'

'இதப் பாருங்க. எங்கிட்ட இருந்து வார்த்தைகளைப் பிடுங்காதீங்க. அந்த மனிதர் என்னைக் கல்யாணம் செய்துக்கறதா இருந்தார். எனக்குக் கல்யாணத்தில் ஏதும் பணநோக்கம்னு அவங்கெல்லாம் நினைச்சுக்கிட்டு இருக்காங்க. நான் இல்லைன்னு சொல்ல வரலை. நாப்பது வயசுக்குமேல வேற எந்த நோக்கம் இருக்க முடியும்? பணம் மட்டும் இல்லை. செக்யூரிட்டி! எனக்கு வயசு வந்த பொண்ணு ஒருத்தி இருக்கா. இந்தப் பள்ளிக்கூடத்துக்கு பேருதான் பெத்த பேர்! சம்பளம் அதிகம் கிடையாது. பத்து ரூபா இன்க்ரிமெண்டுக்கு செக்ரட்ரிகிட்டக் கெஞ்சணும். என் புருசன் கார் ஆக்ஸிடண்டில் இறந்துபோயிட்டார். பெரியவருக்கு ப்ரிட்ஜ் ஃப்ரெண்டு. விசாரிக்க வந்தவருக்கு என்னைப் பிடிச்சுப் போயிருச்சு. ப்ரபோஸ் பண்ணார், ஒத்துக்கிட்டேன். ஆனா அவரைக் கல்யாணம்தான் பண்ணிக்க இருந்தேனே தவிர கொலை செய்ய இல்லை. அவர் இறந்து போறதால எனக்கு என்ன சார் லாபம்? நாவல்கள்ள வர்றமாதிரி வில் எழுதி வெச்சிட்டு அதுக்கப்புறம்தானே கொலை செய்வாங்க?'

'நான் அது எதும் ஸஜஸ்ட் பண்ண வரலை மிஸஸ் காந்தா. நீங்க நிஜமாகவே அருணாசலம் கொலை செய்வான்னு நினைக் கிறீங்களா?'

‘செய்திருக்கலாம்னுதான் சொன்னேன். அருணாசலத்தைப் பத்தி எனக்கு அவ்வளவு தெரியாது.’

‘அவன் பெரியவர்கூட சண்டை போட்டபோது நீங்க கூட இருந்ததாச் சொன்னானே?’

‘உண்மைதான். காச்சு காச்சுன்னு சப்தம் போட்டான். அவங்க குடும்பத்து விவகாரம் எனக்கு ஏதும் புரியலை. அவன் அப்பன் சொத்து எதையோ இவர் பறிச்சுக்கிட்டாராம். கேக்கவே நல்லால்லை. அவங்களுக்கெல்லாம் அவர் சொத்துமேலதான் ஆசை! என்னைக் கல்யாணம் பண்ணிக்கறதாச் சொன்னதும் அவங்களுக்கு பயம் வந்திருச்சு. எல்லாம் எனக்கே போயிரும் னுட்டு! எங்கூட சமாதானமா ஏதாவது ஒப்பந்தம் செய்திருக் கலாம். செய்திருந்தா அவங்களுக்காக நானே வாதாடியிருப் பேன். இப்ப அதெல்லாம் அகடமிக் இன்ட்ரஸ்டுதான். என்ன ஆகும் சொத்து? யாருக்கு போகும்?’

‘இந்த மர்டர் ஸால்வ் ஆறவரைக்கும் ஏதும் செய்ய முடியாதுங்க. ஏதோ ஜாயிண்ட் ஃபேமிலி, ட்ரஸ்டுன்னு இன்கம் டாக்ஸ் கதை பண்ணிக்கிட்டு இருந்திருக்காரு. நேர் வாரிசு யாரும் இல்லை. அதிருக்கட்டும், நீங்க ‘அவங்க’ன்னு குறிப்பிடறது யாரை?’

‘அதாங்க டைரக்டர்ஸ் நாலு பேர் இருக்காங்களே, உறவுக் காரங்க! எல்லாம் ஒண்ணு விட்ட உறவுதான். ஒருத்தன் பெரியப் பாம்பான், சித்தப்பாம்பான், மாமாம்பான், ஒரே குழப்பம்! அதெல்லாத்தையும் ஒரு வழியா விட்டுத் தொலைச்சாச்சு!’

‘போலீஸ்காரங்க உங்களை க்ளியர் பண்ணிட்டாங்களா?’

‘பின்ன? ஒம்பதிலிருந்து பன்னிரண்டரை வரைக்கும் ஸ்கூல்ல இருந்தேனே! எத்தனை சாட்சி!’

‘அதை விசாரிச்சாங்களா?’

‘ஓ.எஸ். துப்புரவா விசாரிச்சாங்க. பத்தரை மணில இருந்து கிளாஸ் எடுத்துக்கிட்டிருந்தேன். அந்த கிளாஸ் பொண்ணுங் களைக் கூட விசாரிச்சாங்க.’

‘சரி, ரொம்ப நன்றிங்க, வரட்டுமா?’

‘வாங்க, நிச்சயம். ஆனா இந்த கேஸ் தலைவலியை மறுபடி எங்கிட்டக் கொண்டு வராதீங்க.’

‘இல்லைங்க, சும்மா உங்க ஸ்கூல்ல உள்ளவங்களை பார்க்கவே வரலாம். ரொம்ப நல்லா இருக்குது எல்லாமே. நீங்க கட்டி யிருக்கிற பட்டுப் புடைவை உட்பட’ என்றான் வஸந்த்.

‘தாங்க்ஸ்’ என்று சற்றே பிரமித்து வெட்கப்பட்டாள்.

கணேஷ், ‘மத்தவங்க பேர் தெரியுமா உங்களுக்கு?’ என்று கேட்டான்.

‘பெரியவர் எல்லாரையும் அட்டைன்னுதான் சொல்லுவார். அருணாசலம், பாலகிருஷ்ணன், பாபு ... அப்புறம் வந்து ... அவன் பேர் என்ன... பக்தன்... தாடி எல்லாம் வெச்சுக்கிட்டு மௌனவிரதம் கூட இருக்கானே, என்னமோ சாமி... சரியா ஞாபகமில்லை.’

‘அவங்கள்ள யாரும் இந்தக் காரியத்தை செய்திருக்க முடியுமா?’

‘யார் வேணா செய்திருக்கலாம். எல்லாருக்கும் மோட்டிவ் இருக்கு. எல்லாருமே சேர்ந்துகூடச் செய்திருக்கலாம். ஆனா அந்த அருணாசலம் ஒண்டிதான் அன்னிக்கு வீட்டுக்கு போயிருக் கிறான். பழனிவேல் சொன்னாரு. மத்தவங்க அந்த சமயத்தில் ஆபீஸ்ல இருந்திருக்காங்க. அருணாசலம் இல்லைன்னா வேற யாரும் இருக்க முடியாதுன்னு முடிவுக்கு வராப்பலதான் கேஸ் இருக்குன்னு சொன்னாங்க.’

‘வரங்க.’

வஸந்த் வெளியே நடக்கும்போது, ‘கொஞ்சம் இருங்க பாஸ்! த்ரோ பால் விளையாடுது, பார்த்துட்டு வந்துர்றேன்’ என்றான்.

‘சீ வா!’

‘சரி, இப்ப என்ன செய்யணும்?’

‘அந்த டைம்டேபிளைப் பார்த்தியா?’

‘அதெல்லாம் நீங்க பார்த்துக்கங்க. டைம்டேபிளை எடுத்துக் கிட்டு வந்துட்டேன்.’

‘திருடிட்டியா? எப்படிரா? பூட்டி இருந்ததே நோட்டீஸ் போர்டு?’

‘அன்னம்மாகிட்ட ஒரு காப்பி வாங்கிட்டு வந்துட்டேன்.’

'அன்னம்மா யாரு?'

'வெளிய கிளார்க்கு. மலையாளம் ஸம்ஸாரிக்கான் கொறச் சொக்க அறியான்! அந்தப் பொண்ணு பேனாவை ஜாக்கெட்டில் குத்தியிருந்ததா...'

'சரி, சரி, உன் தீரச்செயல்கள் வேண்டாம் இப்ப! அட்டவணை கிடைச்சுதா இல்லையா?'

'கிடைச்சுது. அடுத்த ஸ்டெப் என்ன?'

'மத்த உறவுக்காரங்களைப் பார்க்கணும். மூணு பேரையும்!'

'அவங்களைத்தான் போலீஸ்காரங்க க்ளியர் பண்ணிட்டாங்களே பாஸ்?'

'பண்ணிட்டாங்க. அவங்களா இருக்க முடியாதுதான். இருந்தாலும் போய் அவங்ககிட்ட பேசினா ஏதாவது கிடைக்கும் இல்லையா?'

'உங்க குறிக்கோள் என்ன?'

'சாயங்காலத்துக்குள்ள இதைப்பத்தி ஏதாவது திட்டவட்டமாத் தெரியணும். அருணாசலம்தானா? அருணாசலம் இல்லையா? அவ்வளவுதான். அவன் இல்லைன்னா கேஸை எடுக்கலாம். அவன்தான்னா விட்டுரலாம். ஸிம்பிள்!'

'சாயங்காலத்துக்குள்ள விடை கிடைச்சுருமா?'

'கிடைக்கணும் வஸந்த்! எங்கேயோ கேஸ் நிரடுது. அருணாசலம் தான் அருணாசலம்தான்னு பல பக்கங்கள்ள இருந்து கன்னத்தில் அறைஞ்சாப்பல சாட்சியங்கள் காட்டுது. இதுவே எனக்கு ஒரு நிரடலாப் படுது. இட்ஸ் டூ ஆப்வியஸ்! பத்து மணி சுமாருக்கு உள்ள போனவன் அருணாசலம்தான். ஒப்புத்துக்கறான். கூர்க்காவும் பாத்திருக்கிறான். வேற யாரும் உள்ள போனதா சாட்சி இல்லை. அதை கொஞ்சம் க்ளோசாப் பார்த்தா என்ன?'

'போலீஸ் பார்த்திருக்க மாட்டாங்களா?'

'நாமும் பார்த்துரலாமே.'

'எதையோ மனசில வெச்சுக்கிட்டு இருக்கீங்க. எங்கிட்ட சொல்லமாட்டேங்கறீங்க.'

'சமயம் வரும்போது சொல்லிடறேன்.'

'சாயங்காலத்துக்குள்ள வந்துட்டா சரி. பக்கத்து வீட்டுக்கு ஒரு ஸ்பூன் சர்க்கரை கடன் வாங்கப்போன மனைவிகிட்ட கணவன் சொன்னாப்பல...'

'பெரியவரு ஆபீஸுக்குப் போகலாம். அது என்ன கம்பெனி? எஸ்பி இன்டஸ்ட்ரீஸ்னு என்னவோ சொன்னாரே?'

'ப்ளீஸ் ஸிட்டவுன். உங்களுக்குப் யாரைப் பார்க்கணும்?' என்றாள் ரிஸப்ஷன் பெண்.

'உங்களைப் பார்த்தப்புறம் மத்தபேரைப் பார்க்கவேண்டாம்னு தோணுது. இருந்தும் சிவப்பிரகாசம், பெரியவர், ஆத்மா சாந்தி அடைஞ்சப்புறம் கம்பெனியை யார் பார்த்துக்கறாங்க?'

'மிஸ்டர் பாலகிருஷ்ணன், ஜேஎம்டிதான் பார்த்துக்கறார். யூ ஹேவ் என் அப்பாய்ண்ட்மெண்ட்?'

'வித் யூ ஆர் வித் ஹிம்?'

'வஸந்த்!' என்று அவனை அதட்டி, 'மிஸ், எங்களுக்கு அப்பாய்ண்ட்மெண்ட் ஏதும் இல்லை. அவர் ஆபீஸ்ல இருந்தா ஒன் மிஸ்டர் கணேஷ், லாயர் பார்க்க விரும்பறதாச் சொல்லுங்க' என்றான் கணேஷ்.

'ஒன் மொமண்ட் ப்ளீஸ்.'

எதிரே சுகமாக இருந்த வரவேற்பறையின் பஞ்சு மெத்தை நாற்காலியில் உட்கார்ந்தார்கள். கண்ணாடிக்கு வெளியே சல்லை வன் கார்டன் ரோடு மௌனமாக இயங்கிக் கொண்டிருந்தது. விவேகானந்தா காலேஜ் மாணவர்கள் தெரிந்தார்கள். ப்ளாட்பாரக் குடும்பம் ஒன்று, ஆட்டோ ரிக்ஷா எல்லாமே மௌனப் படத்தில் பார்ப்பதுபோல இயங்குவதை கணேஷ்தான் கவனித்துக் கொண்டிருந்தான். வஸந்த் அந்தப் பெண்ணின் உதட்டையே கவனித்துக் கொண்டிருந்தான். 'சன்னமா டெலிபோன்ல பேசறதப் பாத்திங்களா? இவளை எங்கேயோ பார்த்திருக்கேன்' என்றான்.

'நீ 'எங்கயோ பார்த்த' பெண்களைக் கணக்கெடுத்தா மெட்ராஸ் கொள்ளாது.'

‘பெட்டு வெக்கறீங்களா? நீங்க போய் பாலகிருஷ்ணனைப் பார்த்துட்டு வர்றதுக்குள்ள இவளைக் கணக்கு பண்ணிடறேன்!’

‘நத்திங் டூயிங்! என்னோட கூட வரப்போறே நீ.’

‘பாஸ், ஹேவ் எ ஹார்ட்! எனக்கு எதுக்கு மௌன சாமியார் எல்லாம்?’

‘உனக்கு ஸ்பெஸிஃபிக்கா ஒரு வேலை இருக்கு.’

‘என்ன வேலை?’

‘அந்தப் பெண்ணைப் பார்க்காம இருக்கிறது! என்னடா இப்ப டியா பட்டிக்காட்டான் யானையைப் பார்க்கறாப்பல...’

‘கட்டை பாருங்க! படு டிம்பரா இருக்குது.’

‘மிஸ்டர் கணேஷ்?’ என்றாள்.

‘எஸ்.’

‘அவர் ஜேஎம்டி வில் ஸீ யூ நௌ.’

‘பாஸ், நீங்க போங்க பொடி நடையா. நான் ஒரு நிமிஷத்தில் உங்ககூடச் சேர்ந்துக்கறேன்.’

‘இல்லை, என்கூட வரணும் நீ.’

‘டாய்லட் போகணும் பாஸ்.’

‘காந்திருக்கேன்.’

சரியான வில்கின்ஸன் அறுவை நீங்க.’

லிஃப்டில் அட்டெண்டண்ட் ஸ்டூல் போட்டு உட்கார்ந்து தேவி படித்துக்கொண்டிருந்தான்.

‘இந்தம்மா எத்தனை நாளா இங்கு வேலைல இருக்கு.’

‘ஒரு வருஷமாங்க.’

‘பேரு?’

‘தமயந்திங்க. டிவிலகூட வந்திருக்காங்க.’

'அதான் பார்த்திருக்கேன்' என்று கணேஷைப் பார்த்தான். 'போறப்பவாவது கொஞ்சம் டயம் கொடுப்பீங்களா?'

'கிடையாது.'

ஐந்தாவது மாடி விஸ்தாரமாக மஸ்டர்ட் வர்ணத்தில் கார்ப்பெட் அமைக்கப்பட்டு, முழுவதும் ஏர்கண்டிஷன் செய்யப்பட்டு நவீனமாக இருந்தது. அறையின் முன்பகுதியில் இருந்த தாழ்வான மேசைக்கு அருகில் டைம் போன்ற பத்திரிகைகள் இருந்தன. சுவரில் மேற்புறத்தில் புதிதாக மாலை போட்டு சிவப்பிரகாசத்தின் படம் இருந்தது. கதவில் பெயர்ப் பலகை சமீபத்தில் மாற்றப் பட்டிருக்கலாம் என்று தோன்றியது. இங்கும் ஒரு பெண் உட்கார்ந்திருந்தாள்.

'வஸந்த், நான் மட்டும் உள்ளே போறேன். இந்தப் பொண்ணு கிட்ட பேச்சு கொடுத்து ஏதாவது விஷயம் இருந்தா கிரகிச்சு வாங்கிக்க. முக்கியமா என்ன வேணும்னா, இந்த ஆபீஸுடைய அமைப்பு. சம்பவ தினத்தின்போது, பாலகிருஷ்ணன் அண்ட் கோ எங்க இருந்தாங்கங்கற தகவல்.'

'பேசாம போங்க. நான் பார்த்துக்கறேன்.'

'கொஞ்ச நேரம் கழிச்சு உள்ள வா, என்ன?'

'பார்க்கலாம்.'

அறைக்குள் இயற்கை வெளிச்சம் இருக்கும்படியாகச் சுவர்களில் பெரும்பகுதி கண்ணாடியில் இருந்தது. கணேஷ் எதிர்பாராமல், அறையில் மூவர் இருந்தனர். தனியாக சோபா செட்டில் வீற்றிருந்தனர்.

'மிஸ்டர் பாலகிருஷ்ணன்?'

'கணேஷுக்கு முதுகைக் காட்டிக் கொண்டிருந்தவர் திரும்பினார். நாற்பது நாற்பத்தைந்து வயது இருக்கலாம் போலத் தோன்றியது. சின்ன நெற்றியும் அடர்த்தியான தலைமயிர் கிராப்பும் அதே அடர்த்தியில் மீசையும் சுலபமான புன்னகையும் கொண்டு கணேஷை நாடி, கைகுலுக்கினார். 'உங்களைப்பத்தி கேள்விப் பட்டிருக்கேன். நீங்க அருணாசலத்தின் கேஸை எடுத்துக்கப் போறீங்களாமே?'

'இன்னும் தீர்மானிக்கலை சார்' என்று மற்ற இருவரையும் பார்த்தான். மூவரும் அவனை நெருக்குவதுபோலத் தோன்றியது. வஸந்தை உள்ளே கூட்டி வந்திருக்கலாமோ?'

'லெட் மி இண்ட்ரொட்யூஸ் மை கஸின்ஸ். இவன்தான் பாபு. இது ராமசுவாமி. சுவாமின்னுதான் கூப்பிடுவோம்.'

பாபு பாலகிருஷ்ணனைவிட இளமையாக இருக்க அவன் பார்வையில் கூர்மை இருந்தது. நெற்றி அடிக்கடி சுருங்கி பள்ளம் போட்டிருந்தது. உயர்ந்த தாடையும் சற்று வலுவான புஜங்களும் தெரிந்தன. ராமசுவாமியை சுவாமி என்று கூப்பிடுவது பொருத்தம் என்றுதான் தோன்றியது. தாடியும், நெற்றியில் திருநீற்றின் மத்தியில் குங்கும ரத்தமுமாக இருந்தான். முகம் பூராவும் தாடி மீசை பெரும்பாலும் மறைத்துவிட உக்கிரமான கண்களால் கணேஷைப் பார்த்தான். 'சுவாமி கொஞ்சம் ரிலிஜியஸ் டைப், பக்தி எல்லாம் ஜாஸ்தி.'

'அப்படியா? ஐயப்பன் கோவிலா?'

சுவாமி தலையை அசைத்தான்.

'எப்ப மலைக்குப் போகப்போறீங்க.'

சுவாமி பாலகிருஷ்ணனைப் பார்க்க அவர், 'பத்தொன்பதாம் தேதி' என்றார்.

'பேசமாட்டாரா? மௌனவிரதம் இருக்காரா?'

'ஆமா சார். நாப்பது நாளாயிருச்சு. இன்னும் எட்டு நாள்தான்!'

'ரொம்ப பக்தி! ஸ்மோக்கிங், ட்ரிங்கிங் எதும் கிடையாது.'

'சரியான சாமியார்! அவனுக்கும் சேத்துவச்சு நாங்க சின்னச் சின்ன பாவங்களா செய்துகிட்டு இருக்கோம். என்ன பாபு?' என்று சிரித்தார். பாபு சிரிக்கவில்லை. கணேஷையே பார்த்துக் கொண்டிருந்தான்.

'ஏதாவது பேசணும்னா என்ன செய்வீங்க?'

சுவாமி தன் அருகில் இருந்த சிலேட்டை எடுத்துக் காட்டினான்.

'ரொம்ப உத்தமம் சார், பேசறதாலதான் பல வழக்குகள் வரது.'

‘சொல்லுங்க, நீங்க எதுக்கு வந்தீங்க?’

‘உங்க கஸின் அருணாசலம் அவரை, வந்து உங்களுக்கு நல்லாத் தெரியுமா?’

‘ஓ.எஸ். நல்லாத் தெரியும்.’

‘அவர் அந்தக் காரியத்தைச் செய்திருப்பார்னு நினைக்கிறீங்களா?’

‘மாமாவைக் கொலை செஞ்சதையா?’

‘உங்களுக்கு மாமாவா அவரு?’

‘ஒண்ணுவிட்ட மாமா, நாங்க எல்லோருமே உறவுக்காரங்கதான். இல்லையா சாமி?’

சுவாமி தலையசைத்தான்.

‘மிஸ்டர் கணேஷ்! அருண் ஒருவிதமான ஆசாமி. நாங்க நாலு பேரும் டைரக்டர்ஸா இருந்தோம். எங்க மூணு பேருக்குள் ஏதோ ஒரு விதத்தில ஒற்றுமை இருந்தது. அவன் மட்டும் தனியாத்தான் இருந்தான். மாமா அவனை ஏமாத்திட்டார்னு ரொம்பக் கோபம். வெறுப்பு. அவனுடைய சொந்த அப்பாவுடைய ப்ராப்பர்டியை மாமா டேக்ஓவர் பண்ணிட்டார். அதுல ரொம்ப வெறுப்பு. அந்த வெறுப்பு கொலைவரைக்கும் போயிருக்கலாம்ங்கறதுக்கு என்னால பதில் சொல்ல முடியலை. கொலைங்கறதே ஒரு விதமான எமோஷனல் ட்ராமாதானே?’

பாபு கணேஷையே பார்த்துக்கொண்டிருப்பது ஒரு மாதிரித்தான் இருந்தது. ‘நீங்க என்ன சொல்றீங்க?’ என்று சட்டென்று அவனைக் கேட்டான்.

‘பாலு சொல்றது சரி’ என்றான். ‘அருண் செய்யக்கூடியவன்தான். எங்கிட்ட ஒருமுறை அவன் வெளிப்படையா, ‘கிழத்தை நான் தீர்த்துக்கட்டிர்றேன்’ அப்படின்னு சொன்னான். கல்யாணத்தில் அவனுக்கு இஷ்டமே இல்லைதான்.’

‘பாருங்க மிஸ்டர் கணேஷ், உண்மையா பார்க்கப் போனா ப்ராப்பர்டி முழுக்க மாமாவுக்கு பாத்தியதை இல்லை. எங்க ளுக்கு அதுல சமமான பாத்தியதை உண்டு. ஆனா மாமா எங்களை எல்லாம் டம்மி மாதிரித்தான் வெச்சிருந்தார். டைரக்டர்ஸா

வெச்சிருந்தாலும் டிஸிஷன் எல்லாம் அவர்தான் எடுத்துக்கிட்டு இருந்தார். பார்க்கப்போனா எங்க நாலு பேருக்குமே அவர் பேர்ல ஒரு ஏமாற்றம். வெறுப்புன்னுதான் சொல்லணும். ஆனா எங்க மூணு பேருடைய பாலிஸி என்ன? வெயிட் அண்ட் வாட்ச். அவருக்கு நேர் வாரிசு இல்லை. எப்பவாவது ஒரு நாள் ப்ராப்பர்ட்டி நம்ம கைல வந்துதான் ஆகணும். அதுவரைக்கும் நாம ஒத்துமையா இருக்கணும். காத்துக்கிட்டு இருக்கணும்.'

'அந்தக் கல்யாண உத்தேசம் உங்களை பாதிக்கலையா?'

'ஒருவிதத்தில் அதுகூட எங்களுக்கு ஷாக்காத்தான் இருந்தது. அதைப்பத்தி சிந்திச்சு என்ன மாதிரி ஸ்ட்ராட்டஜியை அடாப்ட் பண்ணலாம்னு யோசிக்கறதுக்குள்ள அருண் முந்திக்கிட்டான்னு தோணுது. எப்பவுமே கொஞ்சம் ஹாட் ப்ளடட் அவன்! அவனை நீங்க டிஃபெண்ட் பண்றதாத் தீர்மானிச்சீங்கன்னா அதுக்கு உண்டான எல்லாச் செலவையும் நாங்க கம்பெனி மூலமாப் பார்த்துக்கறோம்.'

'தாங்க்ஸ், அதை இன்னும் நான் தீர்மானிக்கலை.'

'ஏன்?'

'அவரா அவரில்லையாங்கிற சந்தேகம் எனக்கு இன்னும் தீரலை. நாலுபேர்ல யாராவது ஒருத்தராக்கூட இருக்கலாம்.'

'வெரி ட்ரு! எங்களையும் ரொம்ப சந்தேகிச்சாங்க. நல்ல வேளை, எங்களுக்கு அன்னிக்குன்னு சரியான அலிபை கிடைச்சிருச்சு, அன்னிக்கு எல்லாரும் ஆபீஸுக்கு டயத்துக்கு வந்துட்டோம். ஒன்பது மணிக்கே வந்துட்டோம். பழனிவேல் கேட்ட சமயத்தில் நாங்க... எத்தனை மணி பாபு?'

'பத்தில இருந்து பத்தரை மணிவரை.'

'மூணு பேரும் மார்க்கெட்டிங் டிப்பார்ட்மெண்ட் எக்ஸிக்யூட்டிவ்ங்களோட மீட்டிங்கில் இருந்தோம். அது பெரிய வரப் பிரசாதம் மாதிரி ஆயிருச்சு. இல்லைன்னா போலீஸ் எங்களைப் போட்டு குடைஞ்சிருப்பாங்க. நீங்க சொல்றது உண்மைதான். அருணாசலத்துக்கு அவரைக் கொல்ல எத்தனை கோபமும் காரணமும் இருந்ததோ அத்தனை எங்களுக்கும் இருந்தது.'

'இப்ப ப்ராப்பர்ட்டி என்ன சார் ஆகும்?'

‘என்ன ஆகும்? ஜாயிண்ட் ஃபேமிலி. நாங்கதான் கிட்டத்து பாத்தியதாரர்கள். எங்களுக்குத்தான் வரும்.’

‘வில்லு ஏதும் எழுதியிருக்கிறாரா?’

‘எழுதினதாத் தெரியலை. அந்தம்மாவைக் கல்யாணம் பண்ணிக்கிட்டு இருந்தா நிச்சயம் எழுதியிருப்பாரு. அவளைப் பார்த்தீங்களா? ரொம்ப நொந்து போயிருப்பாளே?’

‘இந்தக் கொலையை வேற யாராவது செய்திருப்பாங்கன்னு நீங்க சொல்ல முடியுமா?’

‘வேற யாராவதுன்னா, அவளா? அவ ஏன் பெரியவரைக் கொல்லணும்?’

‘காந்தாவைச் சொல்லலை. உங்க நாலு பேரைத் தவிர வேறு யாராவது அவருக்கு எதிரிங்க இருக்காங்களா?’

‘இப்ப அருணாசலம் இல்லைன்னா அந்தத் திசையிலதான் பார்க்கணும்.’ பாலகிருஷ்ணன் யோசித்தார். ‘சொல்ல முடியாது. பெரியவர் பலவிதமான தகிடுதத்தங்கள் பண்ணியிருக்கார். இன்னும் யாருக்காவது அவர்மேல வெறுப்பு இருந்தா ஆச்சரியப்படறதுக்கில்லை. எனிவே நீங்க அருண் கேஸை எடுத்துக்கணும்னு ரொம்ப விரும்பறோம்.’

எழுந்து அவன் கையைக் குலுக்க விரும்பினார்.

‘ஒன் லாஸ்ட் கொஸ்சன். அவரை நீங்க எப்ப கடைசியாப் பார்த்தீங்க?’

‘காலைல ஆறு ஆறரை இருக்கும். அங்க போயிருந்தோம். இந்த மார்க்கெட்டிங் டிப்பார்ட்மெண்ட் மீட்டிங் பத்தி டிஸ்கஸ் பண்றதுக்குத்தான். இதை போலீஸ் கிட்டக் கூட சொல்லியிருக்கோம்.’

‘அப்ப ஏதாவது கலக்கத்தில் அஜிட்டேட்டடா இருந்தாரா?’

‘ம். இல்லை. மீட்டிங்குக்கு வரமுடியாது, நீங்களே பாத்துக்கங்கன்னு சொன்னார்.’

‘யாரையாவது எதிர்பார்த்துக்கிட்டு இருக்கிறதாச் சொன்னாரா?’

‘இல்லைங்க.’

‘மூணு பேரும் போயிருந்தீங்களா?’

‘இல்லை, சுவாமி வரலை. அவன்தான் பூஜையை விட்டு வர மாட்டானே.’

‘பெரியவர் எனக்கு பத்தரை மணி சுமாருக்கு போன் பண்ணினது தெரியுமில்லை?’

‘தெரியும். அதை வெச்சுத்தானே டெத் டயத்தையே கணக்கிட்டிருக்காங்க.’

‘அப்ப எங்கிட்ட என்னைக் கொல்ல சதி நடக்கறதாச் சொன்னாரு. அதைப்பத்தி உங்ககிட்ட ஏதாவது எப்பவாவது பேசியிருக்காரா?’

‘இல்லை, பேசினதில்லை.’

‘ரொம்ப தாங்க்ஸ். நான் வரேன். உங்க நேரத்தை வீணாக்கிட்டேன்.’

‘பரவாயில்லை. எப்படியாவது அருணுக்கு உதவி செஞ்சீங்கன்னா சரி. அட்வான்ஸா பணம் வேணுமா?’

‘தேவையிருந்தா வாங்கிக்கறேன்.’

‘அனுவை நினைச்சாத்தான் பரிதாபமா இருக்குது. அருண்கிட்ட சொல்லுங்க. வந்து பார்க்கறோம். வி வில் டேக் கேர் ஆஃப் தகர்ள். எங்ககிட்ட அனுப்பிச்சுரச் சொல்லுங்க.’

‘சரி சார், வரட்டுமா? குட் நைட். மறுபடி பார்க்கலாம்’ என்றான் கணேஷ்.

அறைக்கு வெளியே வந்தபோது வஸந்த் அந்தப் பெண்ணிடம் பேசிக்கொண்டிருந்தான்.

‘அவிட்டமா நீங்க? ஒரு நிமிஷம் இருங்க. ஜோதிடம் பிரகாசத்தில் என்ன சொல்லியிருக்குன்னா தனம் சுகம் உடையவள், பிரியமுடையவள். பிரபுக்களுக்கு நேசன், தாய் தந்தையர்க்கு இஷ்டமானவள். அப்புறம் வந்து...

அவள் ஆர்வத்துடன், ‘அப்புறம் என்ன, சொல்லுங்க’ என்றாள்.

‘ஜோதிட சாஸ்திரத்தில் எழுதியிருக்கிறதைச் சொல்லிடறேன். அது உங்களுக்கு அப்ளிக்கபிளா இல்லாம இருக்கலாம்.’

'சொல்லுங்க சார்' என்றாள் சந்தோஷத்துடன்.

'நெரியவே துடைகள் ரெண்டு நீடிய பெருந்தோளென்ன'னு எழுதி வெச்சிருக்கு.'

'புரியலையே?'

வந்து உங்களுக்கு கொஞ்சம் துடை ரெண்டும் பருமனா இருக் கும்னு எழுதியிருக்கு!'

அவள் சட்டென்று கன்னத்தில் சிவப்பானாள். 'நீங்க சாஸ்திரத் தில் எழுதியிருக்கிறது அத்தனையும் கேட்டீங்க.'

'போங்க சார்!'

'என்ன பாஸ் காரியம் முடிஞ்சுதா? இங்க நம்ம... வினிதாதானே உங்க பேரு? வினிதாகிட்ட பேசிக்கிட்டு இருந்ததுல பொழுது போனதே தெரியலை. இல்லை வினி!'

'சார், உங்க ஃப்ரண்டு ரொம்ப இண்டரஸ்டிங்!'

'ஜோக் ஏதாவது சொன்னானா?'

அந்தப் பெண் வஸந்தைப் பார்த்தாள். 'பை வின்னி! ஸி யூ. யூ காட் மை நம்பர், ஐ காட் யுவர் நம்பர்! லெட்ஸ் மீட் எகய்ன். அப்படிப் பார்க்காதீங்க. விழியின் பார்வை ஒன்றினால் விதியே மாறும்னு இக்பால் சொல்லியிருக்காரு. வாங்க பாஸ் போகலாம்!'

லிஃப்டில், 'மேத்தமாட்டிக்ஸ் பண்ணிட்டியா?' என்றான் கணேஷ்.

'சேச்சே! பேசிக்கிட்டிருந்தேன். வினிதா அவிட்டம்!'

'அவிட்ட நட்சத்திரமா? உருப்படமாட்ட நீ. நான் சொன்ன காரியம் என்ன ஆச்சு?'

'என்ன டீடெய்ல்ஸ் வேணும், சொல்லுங்க.'

'சம்பவ தினத்தின்போது எப்ப அவங்க வந்தாங்க ஆபீசுக்கு? அவங்க அலிபை செல்லுமா?'

'காஸ்ட் அயர்ன்! ஏதோ மார்க்கெட்டிங் எக்ஸிக்யூட்டிவ்ஸ் மீட் டிங்காம். அங்க மூணு பேரும் இருந்திருக்காங்க. இருபத்தொரு எக்ஸிக்யூட்டிவ்ஸ். போர்டு ரூம்ல மீட் பண்ணியிருக்காங்க.

அசைக்க முடியாது! இவங்க இல்லை பாஸ். போலீஸ் துப்புரவா விசாரிச்சிருக்காங்க. அந்த மீட்டிங்கை அட்டெண்ட் பண்ண ஒவ்வொருத்தரையும் விசாரிச்சிருக்காங்க. வினிதாதான் மினிட்ஸ் எடுத்திருக்கா. மினிட்ஸ் காப்பிகூட ஒரு ஃபோட்டோ ஸ்டாட் கொண்டு வந்திருக்கேன். என்ன பாஸ்? ஆறாம் நம்பரை அழுத்தறீங்களே?'

'பேசாம வா?'

ஆறாவது மாடியில் லிப்ட் நின்றபோது கணேஷ் கதவைத் திறந்தபோது பத்து முகங்கள் நிமிர்ந்து பார்த்தன. ஆபீஸ் அறை. 'ஸாரி, ஐ வாண்ட் டு கோ டு த டாய்லெட்' என்றான் கணேஷ்.

'காரிடார்ல நேர மேல போனீங்கன்னா இருக்கும்.'

'லேடிஸ்க்குள்ள நுழைஞ்சுராதீங்க.'

வெளியே வந்து காரிடாரில் நடந்தான்.

'என்ன பாஸ், டாய்லட் மோகம்?'

'கூட வாயேன்' என்று டாய்லட் கதவைத் திறந்தான். அதன் சன்னல்களைத் திறந்து எட்டிப் பார்த்தான். 'வஸந்த்! இறங்கு, நான் காவல் காக்கறேன்.'

'என்னது?'

'இதப் பாரு, இந்த டாய்லட்டுக்கு நேர் கீழதான் அந்த ரூம் டாய்லட் இருக்குது.'

'எந்த ரூம்?'

'அதான் அவங்க மூணு பேரும் பேசிக்கிட்டு இருந்த ரூம்! அந்த டாய்லட்டுக்கு இங்கிருந்து ட்ரெய்ன் பைப் பிடிச்சுக்கிட்டு இறங்கிறலாம். சீக்கிரம் இறங்கு.'

'என்ன பாஸ், பைத்தியம் புடிச்சிருக்கா உங்களுக்கு?'

'எதிர்த்துப் பேசாம சீக்கிரம் இறங்கப் போறியா, இல்லையா?'

'எதுக்கு இறங்கணும்? எதுக்கு இறங்கணும்னேன்?'

'அவங்க என்னைப் பத்தி என்ன பேசிக்கிறாங்கன்னு தெரிஞ்சாகணும்.'

'சரியாப் போச்சு. இதை முன்னாலேயே சொல்லக் கூடாதா? நம்ம வின்னிகிட்ட சொல்லி இண்டர்காமை ஓப்பன் பண்ணி யிருப்பேன். அதுக்கு பதிலா கக்கூஸ்ல இறங்கச் சொல்றீங்களே? அதுவும் ஆறாவது மாடி! கீழே விழுந்தா பாடி என்ன ஆறது? என்ன வேணும்? அவங்க என்ன பேசிக்கிறாங்கன்னு மானிட்டர் பண்ணணும். அவ்வளவ்தானே? வின்னி எனக்காக என்ன வேணா செய்வா; ஒற்றைக் கொங்கையைத் திருகிக்கொடுன்னா, 'வலதா இடதா'ன்னு கேக்காம எடுத்துக் கொடுத்துருவா.'

'பேசாத, வா போகலாம்.'

மறுபடி அங்கே வந்தபோது வஸந்த், 'ஹாய் வின்னி!' என்றான்.

'நீங்க இன்னும் போகலையா வஸந்த்?'

'இல்லை வின்னி. உன்னை விட்டுப் போக மனசு வரலை. 'இக்பாலின் சபைக்கு வாருங்கள். இரண்டொரு கோப்பை அருந்துங்கள்' என்று உன்னை ஒரு பார்ட்டிக்கு கூப்பிடலாம்னு வந்தேன். இது என்ன இண்டர்காமா? நல்லாருக்கே! உள்ள பேசறதெல்லாம் கேக்குமா?'

'மாஸ்டர் ஸ்விட்ச் அங்கதான் இருக்கு வஸந்த்.'

'போச்சுரா! டாட்டா! நான் வரட்டுமா? நான் சொன்னதெல்லாம் ஞாபகம் வெச்சுக்க. தேன் சாப்பிடு, சும்மா உருவி விட்டாப்பல ஆயிரும் பாடி!'

'வெளியே வந்ததும், 'ஸாரி பாஸ் முடியலை!' என்றான்.

'பேசாம நான் சொன்ன ஐடியாவையே பாத்திருக்கலாம்.'

'கக்கூஸா? என்ன விளையாடறீங்களா? வஸந்த் எப்பேர்ப்பட்ட குடும்பம்! கக்கூஸ்ல எல்லாம் இறங்க மாட்டேன். வேணுமானா வேற சொல்லுங்க.'

'போடா உருப்படி இல்லாத பயலே!'

'என்ன பாஸ் ஆச்சு? ஏதாவது விஷயம் தெரிஞ்சுதா?'

'எனக்கென்னவோ அவங்க மூணுபேரும்... ஸம்திங் ஃபிஷி.'

'அவங்க பண்ணியிருக்கக் கூடும்ங்கறீங்களா?'

'இல்லை, ஆள் வெச்சு ஏதாவது ப்ளான் போட்டிருப்பாங்களோ?'

'யூ மீன் எ கான்ஸ்பிரஸி?'

'ஆம்.'

'ஏன் அப்படி நினைக்கிறீங்க?'

'இவங்களுக்கும் மோட்டிவ் இருக்குதே.'

'மோட்டிவ் இருக்கிறவன் எல்லாம் மர்டர் பண்ணினா ஜெயில் பத்தாது.'

கீழே வந்து காரில் உட்கார்ந்தபோது அந்த சுவாமி வெளியே வந்து ஒரு டிரைவர் கதவைத் திறக்க காரில் உட்காருவதைப் பார்த்தான்.

'வஸந்த், நீ ஓட்டு.'

'எங்க போகணும்?'

'அந்த தாடிக்காரன் ஏறிக்கிட்டானில்ல கார்ல! அதான்டா வெள்ளை அம்பாஸடர் மார்க் த்ரீ.'

'ஆமாம். தெரியுது.'

'அது பின்னால போ.'

அந்த கார் புறப்பட்டு வள்ளுவர் சிலைப் பக்கம் சென்று வலப்பக்கம் திரும்புவதைப் பார்த்தான். 'விட்டுராதே, டிராஃபிக் அதிகமா இருக்குது.'

'பயப்படாதீங்க.'

கொஞ்ச நேரம்.

'யார் இந்த தாடி?'

'மூணு பேர்ல ஒருத்தன். ரொம்ப பக்திமான். ஐயப்பன் கோயிலுக்குப் போறான். மௌன விரதம் வேற? ஐயப்பன் கோயிலுக்குப் போறவங்க மௌன விரதம் இருப்பாங்களோ?'

'இருக்கலாம் பாஸ். அதது அனுஷ்டானத்தைப் பொருத்தது. ஸ்திரீ சம்போகம் கூடாது. அது தெரியும். அதனாலதான் நான் போறதா இல்லை. என்ன பாஸ், தொடர்ரதா விட்டுர்ரதா?'

'கடைசிவரைக்கும் பார்த்துரலாம்.'

அடையார் விளிம்பில் புதிகாகக் கட்டப்பட்ட ஐயப்பன் கோவிலில் கார் நிற்க, அந்த தாடிக்காரன் மட்டும் இறங்கி உள்ளே சென்றதைப் பார்த்தான் கணேஷ்.

'என்ன பாஸ், போகலாமா?'

'இரு. மரத்தடில நிறுத்து. வெளியே வரட்டும்.'

'நாள் பூரா இவனைத் துரத்தணுமா?'

'பார்க்கலாம் இரு. வரான் பாரு!'

அங்கிருந்து கார் கிளம்பி பாலத்தைக் கடந்து பிரிந்து தனிப்பட்ட புது வீடுகள் கட்டியிருக்கும் ஒரு காலனிக்குள் நுழைந்தது. அதில் ஒரு வீட்டின் முன் நிற்க, வஸந்த் கொஞ்சம் தள்ளி நின்றான். 'இப்ப என்ன?'

'வெயிட்!' என்றான். அந்த மினிட்ஸை சற்று நேரம் பார்த்தான். 'எமர்ஜென்ஸி மீட்டிங்கா?' என்றான். சுவாமி கேட்டைத் திறந்து உள்ளே சென்று மணிப் பொத்தானை அழுத்தினான். வயசானவர் கதவைத் திறக்க உள்ளே சென்றான்.

'என்ன பாஸ்?'

'இது அவன் வீடான்னு பார்க்கணும். கொஞ்ச நேரம் வெய்ட் பண்ணு.'

'காலைல இருந்து என்ன செய்யறீங்கன்னு தலைகால் புரியலை.'

'எனக்கு இன்னும் விளங்கலை. ஐ'ம் ஆக்டிங் ஆன் ஹன்ச்சஸ்.'

'இது இந்தாளு வீடா இருந்தா அவன் கார்த்தாலே பல் தேச்சுட்டு வெளிய வர்றவரைக்கும் இங்கேயே காத்துக்கிட்டு இருக்கணுமா?'

'இது இந்தாளு வீடா இருக்காது. டிரைவர் இன்னும் குல்லாயைக் கூடக் கழட்டாம காத்துகிட்டு இருக்கான் பாரு.'

'அதானே! இதோ சுவாமி வராரே. இப்ப என்ன? மறுபடியும் ஃபாலோவா?'

'இல்லை. வஸந்த், இங்கேயே நிறுத்திக்க. வா, அந்த வீட்டில போய் விசாரிக்கலாம்.'

‘டு லெட்தான். வேற?’

வஸந்த் காரை விட்டு வெளியே வர இருவரும் அந்த வீட்டை அணுகினார்கள். மணிப்பொத்தானை அழுத்தவும் கொஞ்ச நேரத்தில் மறுபடி அந்தப் பெரியவர் வந்து திறந்து, ‘எஸ்?’ என்றார். பெரிசாக சோடா பாட்டில் கண்ணாடி வைத்துக் கொண்டு ‘ஹிந்து’வின் க்ராஸ்வேர்ட் பக்கத்தை மடக்கி வைத்துக் கொண்டிருந்தார்.

‘என்ன வேணும் உங்களுக்கு?’

‘சார், இந்த வீட்டை வாடகைக்கு விடறதா கேள்விப்பட்டோம்.’

‘இப்பதானே வந்தார்.’

‘யாரு வந்தாங்க?’

‘அதான் ஒருத்தர் வந்துட்டுப் போனாரே. செட்டில் ஆயிட்டதே.’

‘அப்படியா?’ என்று வஸந்த் கணேஷைப் பார்த்தான். கணேஷ் ஒரு விரலைச் சொடுக்கினான். அது அவர்களுக்குள் ஒரு ரகசிய ஒப்பந்தம். ஒரு விரலைச் சொடுக்கினால் இன்னும் கொஞ்சம் காலம் தாழ்த்து என்று. நான் இன்னும் கொஞ்சம் கவனிக்க வேண்டும் என்று அர்த்தம்.

வஸந்த் குறிப்பறிந்து ‘ஸோ ஸாரி சார்’ என்றான்.

‘அஞ்சு நிமிஷம் லேட்டா வந்துட்டிங்க.’

‘நீங்க க்ராஸ்வேர்ட் போடுவீங்களா?’

‘பத்து வருஷமா போட்டுக்கிட்டு இருக்கேன். உங்களுக்கு இண்ட்ரஸ்ட்டா?’

‘பைத்தியம் சார்! ஒரு தடவை ‘நோட் ப்ரிங் மி எ டாக்டர்’னு பிரமாதமா க்ளு கொடுத்திருந்தான் ஹிந்துல.

‘சொல்லாதீங்க. நான் சொல்றேன். மெமோ எப்படி?’

‘கில்லாடி சார் நீங்க!’

‘வாங்க, உட்காருங்க, ப்ரீதி!’

'இதப் பார்றா!' என்றான் வஸந்த். 'ப்ரீதி கூட க்ராஸ்வேர்ட் போடுமா?'

'சொல்லிக் கொடுத்துண்டு இருக்கேன். க்ராஸ்வேர்டு போடாதவனும் உட்ஹவுஸ் படிக்காதவனும் இந்த உலகத்தில மனுஷனே இல்லை. நீங்க உட்ஹவுஸ் படிப்பீங்களா?'

'படிப்பீங்களாவா? பைத்தியம் சார்! I was not exactly disgruntled but I was far from gruntled' என்று சிரித்தான்.

அவர் உடனே மலர்ந்து 'பிரமாதம். அடடா, உங்களுக்குப் போய் வாடகைக்கு கொடுக்காம போய்ட்டேனே மாடியை' என்றார்.

'அவர் எவ்வளவு சார் ஆஃபர் பண்ணார்?' என்றான் கணேஷ்.

'ஆயிரத்து ஐநூறு. உங்களால அத்தனை கொடுக்க முடியுமா?' மூணு பெட்ரூம் இருக்கு. அவங்க மூணு பேர் கஸின்ஸாம். பெரிய கம்பெனி. எஸ்பி இண்டஸ்ட்ரீஸ் இல்லை? சமீபத்தில கூட அவர் இறந்து போயிட்டாரே. அவருடைய வாரிசுங்களாம். சாலிட் பார்ட்டிதான்!'

'அட்வான்ஸ் கொடுக்கறதாச் சொன்னாரா?'

'சொன்னார். எத்தனை வேணுமின்னாலும் கொடுக்கறேன்னு சொன்னார்.'

'பரவாயில்லை. எங்களுக்கு லக்கில்லை!'

'ஐ ம் ஸோ ஸாரி! அவர் வந்து வேலையை முடிச்சுட்டார். அஞ்சு நிமிஷம்தான் பேச்சு வார்த்தை. சட்டுன்னு முடிச்சுட்டார். டோக்கன் அட்வான்ஸ் வேற வாங்கிட்டேன்! அதுதான் தயங்கறேன்?'

'பரவாயில்லை. நாங்க வரட்டுமா?'

'ப்ரீதி வரலையா?'

'ப்ரீதி?'

'வஸந்த், கமான்! நமக்கு வேலையிருக்கு.'

'விளையாடப் போயிருக்கா?'

'வாக்மன் கேட்டுக்கிட்டு இருப்பா. அதான் காதிலேயே விழுந்திருக்காது. ப்ரீதி!'

'வஸந்த்! இப்ப வரப்போறியா இல்லையா?'

கணேஷ் கிளம்ப, வஸந்த் சற்று மனசில்லாமல்தான் கிளம்பினான். 'அப்புறம் சந்திக்கலாம் சார்!' காரில் 'என்ன பாஸ், ப்ரீதியைக்கூடப் பார்க்கவிடாம அவ்வளவு அவசரமா?'

'அவ்வளவு அவசரம்தான்!'

'ஏன், என்ன ஆச்சு?'

'கேஸை ஸால்வ் பண்ணிட்டன்னு நினைக்கிறேன்.'

'என்னது!'

'இரு, இரு. நான் எதுக்கும் தாவ விரும்பல. இப்ப என்ன பண்ற. காலைல போனோம் பாரு ராயப்பேட்டை பார்க். அங்க போற.'

'எதுக்கு?'

'எதுக்கு! அதெல்லாம் கேட்காதே. நீ பாட்டுக்கு நேர ஓட்டு.'

'நான் இந்த கேஸ்ல கிடையவே கிடையாதா?'

'ஆமா, நீ பாட்டுக்கு இருக்கிற பொண்ணையெல்லாம் ப்ரீதி க்ரீதின்னு துரத்திக்கிட்டே இருந்தா...'

'அதுபாட்டுக்கு அது. இதுபாட்டுக்கு இது. இப்ப என்ன திடீர்னு அங்க கண்டுபிடிச்சிங்க. சொல்லுங்க.'

'வஸந்த்! உன் மூளை மழுங்கிப்போயிருச்சா? அந்தப் பெரியவர் சொன்னதில் ஏதாவது விநோதமாப் பட்டுதா உனக்கு?'

'இருங்க கொஞ்சம் முக்கி யோசிக்கிறேன்.' கொஞ்ச நேரம் கழித்து, 'இல்லை' என்றான்.

'கவனம் போதாது. யாருக்கு தொடை பெரிசா இருக்கும்னு ஜாதகம் பார்த்தா இப்படித்தான் புத்தி மட்டமாயிடும். போதாது போதாது போதாது. முட்டாள்! அந்த ஆளு சுவாமி என்ன?'

'சுவாமி, அவ்வளவுதான்! கொஞ்சம் கொஞ்சம் சுவாமியார், ஐயப்பன் கோயில். மௌன விரதம்... ஓ... மை காட்! பாஸ், ஸாரி, கவனிக்கலை!'

'இப்ப புரியுதா?'

'அய்யோ நல்லாவே உக்கிரமா புரியுது. கேஸ் ரொம்ப இண்ட்ரஸ்டிங்கா இருக்கு.'

'இப்ப எதுக்கு ராயப்பேட்டை பார்க்குக்குப் போறம், தெரியுதா?'

'அது வந்து... கொஞ்சம் இருங்க. இன்னும் கொஞ்சம் முக்கறேன்.'

கார் மறுபடி மைலாப்பூர் பக்கம் திரும்ப, 'அதாவது பாஸ், காலைல எதுக்கு போனீங்க சொல்லுங்க.'

'அதைச் சொல்லிட்டா எப்படி?'

'இருங்க. இருங்க, அந்தப் பார்க்குக்குப் பக்கத்தில நம்ம அருணாசலம் வீடு இருக்கு. பார்க்கில ஒரு கார்ப்பரேஷன் கடிகாரம் இருக்கு. அதனால அன்னிக்கு அருணாசலம் மணி பார்த்த கடிகாரம் அதாத்தானே இருக்கணும்.'

'சரி. அங்கதான் எதுக்குப் போனேன்? இப்ப எதுக்குப் போறம்?'

'இருங்க, இருங்க, கொஞ்சம் யோசிக்கவிடுங்க. வஸந்தை அப்படி ஒண்ணும் தோசின்னு நினைச்சிராதீங்க. காலைல அந்த பார்க் அட்டெண்ட்டண்ட்கிட்ட அந்த கடிகாரத்தைப் பத்தி விசாரிக்கப் போனீங்க.'

'ரைட்! இப்ப எதுக்குப் போறம்?'

'காலைல அந்தாளு இருந்திருக்க மாட்டான். சாயங்காலம்தான் வருவான்னு சொல்லியிருப்பாங்க.'

'வெரிகுட்! குட் கெஸ்! அந்த பார்க் அட்டெண்டண்ட்கிட்ட என்ன விசாரிக்கப் போனேன்?'

'ஏன்யா போன வாரம் பத்து நாளா இந்த கடிகாரம் சரியா ஓடிக்கிட்டு இருந்ததான்னு?'

கணேஷ் புன்முறுவலித்தான். அவன் தலையைக் கொஞ்சம் கலைத்து, 'உனக்கும் கொஞ்சம் மூளை இருக்குடா! இந்த ப்ரீதி

க்ரீதியெல்லாம் கொஞ்சம் விட்டுட்டேனா பொழைச்சுப்பே!' என்றான்.

'இதோ ராயப்பேட்டா ஆஸ்பிடல். அப்புறம் ஆஸ்பிடலுக்குத் தள்ளிட்டுப்போன ஜோக்கு ஞாபகம் வருது. சொல்லட்டுமா?'

'வேண்டாம்.'

'ஒரு அப்பா தன் பையனை அழைச்சுக்கிட்டு வீதில ஜாலியா நடந்து போய்க்கிட்டு இருந்தாரு. அப்ப நடுரோட்டில ரெண்டு நாய்ங்க என்னமோ விஷயம் பண்ணிக்கிட்டு இருக்க, பையன், சின்னப்பிள்ளை, அதிக ஆர்வத்தோட 'அப்பா, அப்பா அந்த ரெண்டு நாயும் என்ன பண்றது?'ன்னு கேட்டானாம்.

கணேஷ் தலையில் அடித்துக்கொண்டான்.

'இருங்க, சொச்சத்தையும் சொல்லிடறேன். அப்பாவுக்கோ தர்மசங்கடம். ஆனா சமாளிச்சுட்டார். எப்படி?'

கணேஷ் அவனை நிமிர்ந்து பார்க்க,

''அதில்லை விச்சு. முன்னால நாய் இருக்கு பாரு. அதுக்கு உடம்பு சரியில்லை, அதனால பின்னால இருக்கிற நாய் அதை வந்து ஆஸ்பத்திரிக்குத் தள்ளிண்டே போறது'ன்னாராம் அப்பா!'

கணேஷால சிரிக்காமல் இருக்க முடியவில்லை.

'அட! சிரிக்கிறீங்களே! மெக்சிகோ தேசத்துச் சலவைக்காரி ஜோக்கையும் சொல்லட்டுமா?'

'போதும்பா. இது ஒண்ணே எனக்கு ஒரு வாரத்துக்குத் தாங்கும். எங்கடா இதையெல்லாம் புடிக்கறே?'

'அதுதான் என்னோட பேட்டண்ட் ரகசியம்.'

அந்த டவர் கிளாக்கின் கீழ் சின்ன வாயில்படி இருந்தது. அதில் கயிற்றுக் கட்டில் போட்டு ஒருவன் தூங்கிக்கொண்டிருக்க, வஸந்த் காரிலிருந்து இறங்கிவந்து, 'யோவ்! வாட்ச்மேன், தூங்கறதுக்காய்யா உனக்கு சம்பளம் கொடுத்திருக்கு?' என்றான்.

அவன் பதறிப்போய் எழுந்து 'அய்யா யாரு?' என்றான்.

'கார்ப்பரேசன்ல இருந்து அதிகாரி வந்திருக்காரு. கார்ல இருக்காரு பாரு! எந்திரிய்யா. கெடிகாரம் சரியா ஓடுதா?'

'ஓடுதுங்களே.'

'சமீபத்தில எப்பவாவது ரிப்பேர் உண்டா?'

'இல்லைங்களே.'

'சாவி கீவி கொடுத்துக்கிட்டிருக்கியோ?'

'சாவி இல்லீங்களே, மெக்கானிக்குதான் வருவாரு. இந்த ஏணில ஏறி, படிக்கல்லை தூக்கிவெச்சுட்டுப் போவாரு, பத்து நா ஓடும்.'

'ஹூம் அப்படியா? சமீபத்தில எப்பவும் நிக்காம ஒழுங்கா ஓடிக் கிட்டு இருந்திருக்கா?'

'ஆமாங்க, வேணா கேட்டுப் பாருங்க.'

'நான் வர்றேன்.'

'அய்யா, நம்ம டான்ஸ்பர் விசயம் என்ன ஆச்சு? ராயபுரத்துக்குப் போடும்படியா கேட்டிருந்தங்க. ரெண்டு பஸ்ஸூ புடிச்சு வர்றது ரொம்பக் கஷ்டமா இருக்குதுங்க.'

'அப்படியா. உடனே கவனிக்கிறேன். ராயப்பேட்டைல இருந்து ராயபுரத்துக்குத்தானே வேணும்? கொஞ்சம் எழுத்துத்தானே வித்தியாசம்! உடனே செய்துர்றேன்' என்று காருக்கு வந்தான்.

'என்னடா?'

'அய்யாவுக்கு ட்ரான்ஸ்பர் வேணுமாம்.'

'கெடிகாரம் என்ன ஆச்சு?'

'பாஸ், அது கிராவிட்டி கிளாக். மேல ஏத்தி வெச்சா அது பாட்டுக்கு ஓடும். முதலில் பார்ட்ஸே குறைச்சல்.'

'அன்னிக்கு ஓடியிருக்கா?'

'அப்படித்தான் தோணுது. அதில கெட்டுப் போறதுக்கு அதிக விஷயமில்லை. செத்த முன்ன பின்ன ஓடும்.'

'முன்ன பின்னன்னா ஒரு மணி நேரம் ஸ்லோவாவா?'

மீண்டும் ஒரு குற்றம் ● 71

‘சேச்சே! அப்படி இல்லை. ஒரு அஞ்சு நிமிஷம் பத்து நிமிஷம். என்ன யோசிக்கிறீங்க? நீங்க யோசிக்கிறதைத்தான் நானும் யோசிச்சுக்கிட்டு இருக்கேன்.’

‘இப்ப எங்க போகணும் தெரியுமா? முதல்ல இன்ஸ்பெக்டர் பழனிவேலைப் பார்த்துட்டு அவர்கிட்ட இருந்து எப்படியாவது சிவப்பிரகாசத்தோட போஸ்ட்மார்ட்டம் ரிப்போர்ட் பார்த்தே ஆகணும்.’

‘ஆகா! புரியுது, புரியுது! பாஸ், பாஸ் கில்லாடி நீங்க.’

பழனிவேல், ‘வாங்க, என்ன டயத்துக்கு முன்னாடியே வந்துட்டீங் களே?’ என்றார். ‘அழைச்சுட்டு வரலையா அருணாசலத்தை?’

‘பழனிவேல்! எங்களுக்கு ரொம்ப அவசரமா போஸ்ட்மார்ட்டம் ரிப்போர்ட் தேவைப்படுது.’

‘எதுக்கு?’

‘இந்த கேஸ்ல உங்களுக்கு புகழ் வரப்போவுது’ என்றான் வஸந்த்.

‘என்ன சொல்றீங்க? விளங்கும்படியாச் சொல்லுங்க? ’

‘பழனிவேல்! இந்த கேஸ் நீங்க நினைக்கிறமாதிரி அத்தனை எளிதில்லை. அருணாசலம் இதைச் செய்யலை.’

‘எப்படிச் சொல்றீங்க?’

‘ஒரு நிமிஷம் எங்கிட்ட கேள்வி கேக்காம அந்த ரிப்போர்ட்டை மட்டும் காமிச்சிட்டீங்கன்னா நல்லது.’

‘எஸ்பியைக் கேக்கணும்.’

‘கேளுங்க, காத்திருக்கோம்.’

‘இப்ப என்ன சொல்றீங்க? அருணாசலம் இல்லைங்கறிங்களா?’

‘போஸ்ட்மார்ட்டம் ரிப்போர்ட்டைப் பார்க்கலாம். ஏதும் சொல்ல முடியாது. பாருங்க நாங்க விசாரிச்சதில கேஸ் வேற திசையில திரும்பிக்கிட்டு இருக்கு. இதனால பளிச்சின்னு புத்திசாலித்தனமா ஒரு டெவலப்மெண்ட் வந்தாலும் வரும். அப்படிக் கிடைச்சுதுன்னா அதுக்கு உண்டான க்ரெடிட்டை

போலீஸுக்கே கொடுக்கறோம். உங்களுக்கு ப்ரமோஷன் கிடைச்சாலும் கிடைக்கும். என்ன சொல்றீங்க? எங்களுக்குப் புகழ் ஏதும் வேண்டாம்.'

'நீங்க இந்த மாதிரி புதுசா கிளப்பறதுக்கு என்ன ஆதாரம்ன்னு சொல்லுங்களேன். அருணாசலம் இல்லைன்னு உங்களால் நிரூபிக்கிறது ரொம்பக் கஷ்டம். பத்தரை மணிக்கு உங்களுக்கு போன் வந்திருக்கு. அதுக்கப்புறம் அவர் இறந்திருக்காரு. அருணாசலம் அவரைப் போய்ப் பார்த்ததை பார்த்தவங்க நிறையப் பேர் இருக்காங்க. அவன் எவிடன்ஸ் கொடுக்கறப்ப உளறியிருக்கான். ஒம்பது மணின்னான், அப்புறம் பத்தரைக்கு மாத்திக்கிட்டான். எல்லாம்தான் தெரியுமே உங்களுக்கு?'

'எல்லாம் தெரியும் பழனிவேல். இருந்தாலும் ஒண்ணே ஒண்ணு யோசிச்சுப் பாருங்க. திட்டமிட்டு கொலை செய்ய வர்றவன் அந்த மாதிரி ஓப்பனா எல்லாரும் பார்க்கிற மாதிரி வருவானா?'

'அவன் திட்டமிட்டு வந்தான்னு யார் சொன்னாங்க? பெரியவர் கூட சண்டை போட்டுட்டு அந்த கோபத்தில மண்டைல அடிச் சிருக்கான்னு நாங்க சொல்ல வர்றோம். நீங்க வேணும்னா பி.எம். ரிப்போர்ட்டைப் பாருங்க. அதில இருந்து என்ன தெரியப் போவுது? எப்படிச் செத்தார்னு தெரியும்.'

'காட்டுங்களேன் பார்க்கலாம்.'

'அந்த ஃபைலை எடுய்யா.'

கணேஷ் ஃபைலை வாங்கி சர்க்கார் பழுப்புக் காகிதத்தில் இருந்த போஸ்ட்மார்ட்டம் ரிப்போர்ட்டை ஆவலுடன் பார்த்தான்.

சிவப்பிரகாசம் மரணமுற்றது அனுதாபமற்ற எழுத்துக்களில் விவரிக்கப்பட்டிருந்தது. இடம், தேதி, நம்பர், சுமாரான வயது, உயரம், வெளிப்புறப் பரிசோதனையின்போது ரிகர்மார்டிஸ் அடையாளங்கள், கண்கள், காயங்களின் விவரங்கள், கைகால்கள் மடங்கியிருக்கின்றனவா...

'பாஸ், டைம் ஆஃப் டெத் பாருங்க' என்றான் வஸந்த்.

'அதான் பத்தரைன்னு தீர்மானிச்சாயிருச்சே.'

'இருங்க, இருங்க' என்று கணேஷ் அந்த ரிப்போர்ட்டில் விரலை ஓட்டினான். 'ப்ராபபிள் டைம் ஸின்ஸ் டெத் பத்துமணி நேரம்!

மிஸ்டர் பழனிவேல். போஸ்ட்மார்ட்டம் அன்னிக்கு எப்ப நடந்திச்சு?'

'நாலு, நாலரைன்னு நினைக்கிறேன். ரிப்போர்ட்டிலேயே இருக்குமே?'

'நாலு முப்பத்தைந்து! அதில இருந்து பத்துமணி நேரம் கழிச்சா?'

'காலை ஆறரைக்கு செத்துப் போயிருக்கார்னு அர்த்தம், என்ன பாஸ்?'

'மிஸ்டர் பழனிவேல் இதை நீங்க பாத்தீங்களா? பத்து மணி நேரம்கறதை காலை பத்து மணின்னு எடுத்துட்டீங்களா?'

'சே, சே! டைம் ஆஃப் டெத்தானே? போஸ்ட் மார்ட்டம் ரிப் போர்ட்டில் எங்களுக்கு அவ்வளவு நம்பிக்கை ஏற்படலைங்க.'

'ஏன்?'

'அவங்க எப்படி இறந்த நேரத்தைக் கணக்கிடறாங்க தெரியு மில்லை?'

'வஸந்த்?'

பாஸ், அதுவந்து பலவிதத்தில் கணக்கிடுவாங்க. பொதுவா ரெக்டல் டெம்பரேச்சர் எடுப்பாங்க. தெர்மாமீட்டரை ஆசனத் துவாரத்தில் சொருகி...'

'விவரம் வேண்டாம். மேலே சொல்லு.'

'அப்புறம் வந்து... ம்... போஸ்ட்மார்ட்டம் ஸ்டெய்னிங்குனு ஒருமுறை சொல்லுவாங்க. அப்புறம் ரிகர் செட் ஆயிருச்சான்னு பார்ப்பாங்க. ஸ்டமக் கண்டெண்ட்ஸ் எவ்வளவு தூரம் டைஜெஸ்ட் ஆயிருக்குன்னு பார்ப்பாங்க...'

'எல்லாம் சரிதான் மிஸ்டர் வஸந்த். எங்களுக்கும் தெரியும். ஆனா போஸ்ட்மார்ட்டம் ரிப்போர்ட்படி நேரத்தைக் கணக்கிடறதில கொஞ்சம் உத்தேசங்கள்ளாம் இருக்குது தெரியுமோ? ரிகர் சொன்னிங்க. ரிகர்சங்கறது பாடியோட ஆரோக்கியம், வயது, வெளிப்புற உஷ்ணம்னு என்ன என்னவோ அதைப் பொருத்து வேறுபடும். அதும்படி போஸ்ட்மார்ட்டம் ரிப்போர்ட்டு கொஞ்சம் ரெண்டு மூணு மணிநேரம் முன்னபின்னத்தான் இருக்கும்.'

‘கணேஷ், ‘சரி, ஒப்புத்துக்கறோம். ஆனா இந்த பாயிண்ட்டை நீங்க கன்ஸிடர் பண்ணீங்களா?’ என்றான்.

‘பண்ணோம். ஆனா இந்த கேஸில இறந்துபோன டயத்தைப்பத்தி சந்தேகமே எங்களுக்கு ஏற்படலை. நீங்களே சாட்சி சொன்னபடி பத்தரை மணிக்கு பெரியவர் உங்ககூடப் பேசியிருக்காரு. அதனால டயம் ஆஃப் டெத் ரிப்போர்ட்டை எடுத்துக்கலை.’

‘நீங்க செய்தது ரொம்ப சரிதான். ஆனா இப்ப எனக்கு ஒரு சந்தேகம் வந்திருக்கு பழனிவேல்!’

‘என்ன சந்தேகம்?’

‘அந்த பத்தரை மணிக்குப் பேசினது நிஜமாகவே சிவப்பிரகாசமா இல்லை, வேற யாராவதான்னு.’

‘மை காட்! நீங்க என்ன சொல்றீங்க? அஸ்திவாரத்தையே கலைக் கறீங்க?’

‘கொஞ்சம் யோசிச்சுப் பாருங்க. அருணாசலம் முதல்ல என்ன சொன்னான்? ஒம்பது ஒம்பதரை மணி சுமாருக்கு அங்க போனேன்; பெரியவர் செத்துக் கிடந்ததைப் பார்த்தேன்னு இல்லையா? பத்தரை மணிக்கு பெரியவர் பேசியிருக்காருன்னு சொன்னப்புறம் பயந்துபோய் சமயத்தைப் பத்தின சாட்சியத்தை மாத்திட்டான். அதனாலதானே சந்தேகம் அவன் பேர்ல ஊர்ஜிதமாச்சு?’

‘ஒரு விதத்தில் அப்படித்தான்.’

‘முதல்ல அவன் எப்படி ஒம்பது மணின்னு சொன்னான்னு விசாரிச்சுப் பார்த்தோம். ‘வீட்டுக்கு வெளியே வர்றப்ப கார்ப்ப ரேஷன் கெடிகாரத்தைப் பார்த்தேன். அதில ஒம்பது காட்டிச்சு. அதனால அவர் வீட்டுக்குப் போயிருக்கறப்ப ஒம்பதரை’ன்னு சொன்னான். ‘கெடிகாரம் ஒருவேளை நின்னு போயிருக்கலாம், எங்கிட்ட ஆனா வாட்சு இல்லை’ன்னு சொல்லியிருக்கான் இல்லையா?’

‘ஆமாம். அப்படித்தான் ஸ்டேட்மெண்ட்டிலயும் சொல்லி யிருக்கான்.’

‘அந்த கெடிகாரம் சமீபத்தில நிக்கலை. பொதுவா தவறாம ஓடிக்கிட்டுதான் இருந்திருக்குன்னு நாங்க விசாரிச்சுக் கண்டு பிடிச்சோம்.’

‘இருங்க, அருணாசலம் நிசம் சொல்றான்னு ஒரு பேச்சுக்கு வெச்சுக் கலாம். அவன் என்ன செய்யறான்? வீட்டை விட்டு வெளியே வர்றான். மணிக்கூண்டில மணி பார்க்கிறான். அவரைப் பார்க்க அவர் வீட்டுக்குப் போறான். ஒம்பதரை இருக்கும். கூர்க்கா அவன் உள்ள போறதைப் பார்க்கிறான். கூர்க்காகிட்ட கெடிகாரம் இருந்திச்சா?’

‘இல்லை.’

‘அதனால கூர்க்கா தஸ் பஜே, ஸாடே தஸ் பஜேன்னு சொன்னது ஒரு குத்து மதிப்புத்தான். அப்ப நிசமாவே ஒம்பதரை மணின்னு வெச்சுக்கலாம். அருணாசலம் உள்ள போறான். அவர்கிட்ட எதையோ கேக்கத்தான் முடிவு பண்ணிப் போயிருக்கான். கல்யாணத்தைப் பத்தி இருக்கலாம். ரெண்டில ஒண்ணு முடிவு பண்ணி எனக்கு செட்டில் பண்ணிடுங்கன்னு சொத்தைப் பத்தி கேக்கப் போயிருக்கலாம். அவன் அங்க போக காரணம் இருக்கு. வெறுப்பு இருக்கு. முதநாள் சண்டை போட்டதுக்கு மன்னிப்பு கேக்கக்கூடப் போயிருக்கலாம். தீர விசாரிச்சா அவன் எதுக்குப் போனான்னு தெரியவரும். அங்க போனப்ப என்ன பார்க்கிறான்? சிவப்பிரகாசம் இறந்துபோய் கீழே கிடக்கிறதை. அதைப் பார்க்கறான்னே வெச்சுக்குங்க. அவன் கலக்கத்தில் என்ன செய்திருக்கான்? ‘அய்யோ, பெரியவர் கூட நேத்து சண்டை போட்டிருக்கோம். இப்ப தனியா போலீஸ் என்னைத்தான் சந்தேகப்படுவாங்க. பேசாம போயிரலாம்’னு கிளம்பியிருக் கலாம். இது ஒரு இயல்பான காரியம்தானே?’

‘இயல்பான விசயம்தான். அந்தாளு பத்தரை மணிக்கு முன்னால இறந்திருந்தார்னா?’

‘அந்தாளு ஆறரைக்கு இறந்து போயிருக்கார் சார். போஸ்ட் மார்ட்டம் ரிப்போர்ட் சொல்றது சரி. என்னுடைய சாட்சியத் தினால அதை இக்னோர் பண்ணிட்டீங்க.’

‘காலைல ஆறரை மணிக்கா?’

‘ஆமா சார். அப்பதான் அவரை பாலகிருஷ்ணனும் பாபுவும் பார்க்க வந்திருக்காங்க. அதைப்பத்தி ஸ்டேட்மெண்டு கொடுத் திருக்காங்க, இல்லையா?’

‘ஆமாம்’ என்றார் பழனிவேல் யோசனையுடன். ‘பட் உங்களுக்கு போன் பண்ணது யாரு?’

'இருங்க வர்றேன். இந்தத் திட்டத்தை எல்லாமே அவங்க மூணு பேரும் யோசிச்சு செய்த காரியம்னு வெச்சுக்கலாம்.'

'அவங்கன்னா, அந்தம்மாவும் கூடவா?'

'அம்மா இல்லை. அம்மாவுக்கு பெரியவர் இருக்கிறதிலதான் இஷ்டம். பெரியவர் இறந்துபோனா லாபம் அடையறவங்க இவங்க நாலு பேர்தான். அதில அருணாசலத்தை விட்டுடலாம். அவங்க மூணு பேர் ஒரு கட்சி. அவங்க மூணு பேரும் சேர்ந்து ஒரு அருமையான திட்டம் அமைக்கிறாங்க. ரொம்ப பிளான் பண்ணி பெரியவரைத் தீர்த்துக் கட்டிர வேண்டியது. ஆனா மூணு பேரும் மாட்டிக்காதபடி பெரியவர் இறந்த சமயம் மூணு பேரும் வேற இடத்தில இருந்தோம்னு ஆணித்தரமா நிரூபிக்கிற மாதிரி திட்டம் அமைக்கணும். அதுக்கு என்ன பண்ணணும்? ஒரு லாயர் வந்து, 'இதப் பாருங்க சார், பெரியவர் என்னை பத்தரை மணிக்கு போன் பண்ணி வரவழைச்சார். போய்ப் பார்த்தேன். செத்துக் கிடந்தார்'னு ஸ்டேட்மெண்ட் கொடுத்துட்டா பத்தரை மணிக்குத்தான் அவர் இறந்தார்ங்கறது கேள்வி கேட்காம ஒப்புக் கொள்ளப்படும். போஸ்ட்மார்ட்டம் ரிப்போர்ட் முன்ன பின்ன இருந்தாக்கூட நேரடியா சாட்சியம் இருக்கிறதனால அதுக்குத் தான் மதிப்பு ஜாஸ்தி. அந்த பத்தரை மணிக்கு அவங்க எங்க இருக்காங்க? ஆபீஸ்ல! மார்க்கெட்டிவ் எக்ஸிக்யூட்டிவ்ஸ் எல்லாரையும் கூப்பிட்டு மீட்டிங் போடறாங்க. நான் அந்த மீட்டிங் மினிட்ஸைப் பார்த்தேன். எமர்ஜென்ஸி மீட்டிங். அவசரமா, அஜெண்டா இல்லாம கூப்பிட்ட மீட்டிங்! அதன் நோக்கம் என்ன? பத்தரை மணிக்கு அவங்க மூணு பேரும் ஆபீசில்தான் இருந்தாங்கன்னு ஆணித்தரமா ஸ்தாபிக்க சாட்சியங்கள் சேர்க்கறது!'

பழனிவேல் கன்னத்தைச் சொரிந்துகொண்டார்.

'அப்ப உங்களுக்கு போன் பண்ணது சிவப்பிரகாசம் இல்லையா?'

'அதிலதான் சார் அவங்க மாஸ்டர் ஸ்ட்ரோக்! சிவப்பிரகாசத்தை கணேஷுக்கு முன்னப்பின்ன தெரியாது. எனக்கு ஒரு டெலிபோன் வருது. 'நான்தான் சிவப்பிரகாசம் பேசறேன். நான் ஒரு சிக்கல்ல இருக்கேன். உடனே வா'ன்னு கூப்பிடறார். என்ன செஞ்சேன்? 'பரவாயில்லை. சாயங்காலம் வரேன்'னு முதல்ல சொன்னேன். அவங்களுக்குக் கொஞ்சம் திகிலாயிட்டது.

சாயங்காலம்னா ரொம்ப லேட்டு. அதனாலே என்னை அங்க கட்டாயமாப் பார்க்க, 'என்னை யாரோ கொல்ல சதி பண்றாங்க'ன்னு சொல்லிட்டாங்க. 'சதி'ங்கிற வார்த்தை வாய் தவறி வந்துருச்சு. சதிகாரங்களே போன் பண்றப்ப அது எப்ப டியோ வெளிப்பட்டிருச்சு! நான் உடனே புறப்பட்டு வர்ரேன்னு சொல்லி அங்க போறேன். அவர் செத்துக் கிடக்கறதைப் பார்க் கிறேன். அதனால எனக்குப் போன் பண்ணது சிவப்பிரகாசம் இல்லைன்னு சந்தேகமே வரலை! போன் பண்ணாரு, ஏதோ ஆபத்துன்னு அங்கே போறதுக்குள்ள ஆபத்து முந்திக்கிட்டது. அவ்வளவுதான்!'

'பின்ன போன் பண்ணது யார்தான்?'

'நம்ம மௌன விரத சுவாமி. அந்த மௌன விரதம் இருக்கு பாருங்க. அது ஒரு மாஸ்டர் ஸ்ட்ரோக்! அந்த ஆளு ரொம்ப பக்தி மாதிரியும் மௌன விரதம் இருக்கறாப்பலயும். ஐயப்பன் கோவிலுக்குப் போறவங்க மௌன விரதம் இருக்கிறது சகஜ மில்லை! கொஞ்சம் எனக்கு உதைச்சுது. அப்புறம் ஆளை ஃபாலோ பண்ணிக்கிட்டு போனோம். ஒரு வீட்டில வாடகைக்கு இடம் கேக்கப் போயிருக்காரு சுவாமி. அந்த வீட்டுக்காரரோடு வாடகையைப் பத்தி அவர் பேச்சு வார்த்தை நடத்தி முடிச்சுட் டதா வீட்டுக்காரரே சொன்னாரு. அதனால மௌன விரதம்ங் கறது ஒருவித பாசாங்குன்னு தெரிஞ்சு போச்சு! எதுக்காகப் பாசாங்கு பண்ணணும்? கான்ஸ்பிரஸி வரது பாருங்க. மற்ற பேருக்கு மௌன விரதம் இருக்கறாப்பல பாவனை செய்துவிட்டு எனக்கு சாமி போன் பண்ணியிருக்கார். யாரா? சிவப்பிரகாசமா! போன் பண்ணப்ப அவர் குரலை நான் கவனிச்சிருப்பேன் இல்லையா? கொலையை விசாரிக்கிற சந்தர்ப்பத்தில் அவர் குரலைக் கேக்க மறுபடி வாய்ப்பு ஏற்படும் இல்லையா? அதனால அவர் குரலை கேஸ் முடியற வரைக்குமாவது நான் கேக்காம இருக்கறதுக்காக...'

'மௌன விரதம்! சபாஷ்! அப்ப உங்க தியரிப்படி பெரியவர் காலை ஆறரைக்கே காலிங்கறீங்க?'

'பெரியவர் பைஜாமாவில இருந்திருக்காரு. எதுவும் சாப் பிடலை. யாரையும் கூப்பிடலை. அதிகாலைல இவங்க ரெண்டு பேரும் வந்ததை அவங்களே ஒப்புத்துக்கிட்டு இருக்காங்க. அதில பொய் சொல்ல விரும்பலை அவங்க. ஏன்னா செத்த நேரம்

பத்தரை மணின்னு ருசுவாயிருச்சே? மேலும் அவங்க காலைல வந்திருந்ததை யாராவது பார்த்து இவங்க வரலைன்னு சொல்லி பொய்யில் மாட்டிக்க விரும்பலை. அதனால காலைல வந்ததைப் பளிச்சுனு சொல்லிட்டாங்க. காலைல பெரியவரைப் பார்த் தோம், ஆபீஸுக்கு வரலைன்னாரு. என்ன வேணா சொல்ல லாமே, காலைல வந்து தீர்த்துக் கட்டியிருக்காங்க!'

'இதையெல்லாம் நிரூபிக்கறது எப்படிங்க?' என்றார் பழனிவேல் திகைத்துப்போய்.

'அது உங்க வேலை! டெலிபோனைக் கொஞ்சம் உபயோகிக் கலாமா?'

'தாராளமாக! கொஞ்சம் என்னை யோசிக்க விடுங்க.'

'அதுக்குள்ள நான் டெலிபோன் செய்துர்றேன்.'

'வெய்ட்!' என்றார் பழனிவேல். 'நீங்க சொல்றதெல்லாம் உண்மையா இருந்தா ஒரு ஷோ போட்டுப் பார்க்கலாம். நீங்க ரெடியா?'

'ரெடி' என்றான் கணேஷ்.

'ரெடி' என்றான் வஸந்த்.

'இப்ப அவங்க மூணு பேரும் எங்க இருக்காங்க?'

'எஸ்பி இண்டஸ்டிரீஸ் ஆபீஸ்லதான் இருக்கணும்.'

'அரஸ்ட் எல்லாம் பண்ண முடியும். இருந்தும் அவங்க குற்ற உணர்ச்சி உள்ளவங்களான்னு முதல்ல கண்டுபிடிச்சுரலாம்! நீங்க என்ன பண்றீங்க, அங்க போங்க. நானும் உங்க பின்னாடி வர்றேன். கொஞ்சம் தாமதிச்சு.'

'அவங்க ரூம்ல இண்டர்காம் இருக்கு சார்.'

'வெரி குட். அப்ப ஒரு ஐடியா பண்ணலாம். எங்கூட வாங்க, போறப்ப அதைப் பத்திப் பேசலாம்.'

கணேஷும் வஸந்த்தும் மறுபடி அந்த ஐந்தாவது மாடி முகப்பறையை அடைந்தபோது மணி சுமார் ஐந்து ஆகியிருந்தது. 'ஹாய் வின்னி!'

'ஹாய் வஸந்த்! என்ன மறுபடி வந்திட்டீங்க?'

'உன்னோட கைரேகை பார்க்கலையே இன்னும்! பாஸ் இருக்காரா?'

'இருக்காரு.'

'மூணு பேரும் இருக்காங்களா?'

'ஆமாம். இருக்காங்க. டிஸ்டர்ப் பண்ணவேண்டாம்னு சொன்னாரு.'

'உள்ளே போக முடியாதா? கணேஷ் வந்திருக்கிறதா சொல்லு வின்னி.'

'வேண்டாம் சார், கோவிச்சுப்பாரு.'

'கையைக் காட்டு பார்க்கலாம்? அட! டபிள் ஹார்ட் லைன்!'

அவள் விழிகள் விரிந்தன.

'என்ன அர்த்தம்? காதலின் அத்தனை வடிவங்களிலும் ஆர்வம் ஜாஸ்தின்னு!'

'சொல்லுங்க சார்!'

'பாஸ்கிட்ட இண்டர்காம்ல சொல்லு, தொந்தரவு பண்றாங்கன்னு. உங்களை அவசரமாப் பார்க்கணும்னு கணேஷ் வந்திருக்கார்னு! அப்பா, எவ்ளோ பெரிசு!'

'என்னது சார்?'

'ஹெட் லைன்! என்னா ஹெட் லைன் உனக்கு! அப்படியே அம்பு மாதிரி ஸ்ட்ரெய்ட்டா இருக்கு பார்!'

'அப்படின்னா என்ன அர்த்தம்?'

'நீ எனக்கு ஒண்ணும் செய்யமாட்டே. நான் மட்டும் எல்லாம் சொல்லணும்.'

'கொஞ்சம் இருங்க சார், கேக்கறேன்' என்று சற்று தயக்கத்துடன், 'கோவிச்சுக்கப் போறார்' என்று சொல்லிக்கொண்டே இண்டர் காமின் பட்டனை அழுத்தினாள்.

கொஞ்ச நேரத்தில் 'எஸ் வினித்? டிஸ்டர்ப் பண்ணாதன்னு சொல்லியிருக்கேன் இல்லையா?'

'ஐ'ம் ஸோ ஸாரி சார். மிஸ்டர் கணேஷ் வந்திருக்கார். ஹி ஸேஸ் இட்ஸ் அர்ஜண்ட்.'

கணேஷ் சந்தர்ப்பத்தைப் பயன்படுத்திக்கொண்டு, 'குட் ஈவினிங். நான்தான் கணேஷ்! உங்களை நான் அவசியமாப் பார்த்தாகணும் சார்!'

'எது விஷயமா?'

'கேஸ் விஷயமா! திடீர்னு புதுசா ஒரு டெவலப்மெண்ட் ஆயிருக்கு. அதை உங்ககிட்டச் சொல்லவேண்டியது என் கடமை.'

அந்தப் பக்கத்தில் பட்டென்று சப்தம் அடங்கிப் போய் கொஞ்ச நேரம் கழித்து இண்டர்காம் உயிர் பெற்று 'ஆல்ரைட், வாங்க உள்ளே' என்றது.

'அந்தப் பக்கம் மாஸ்டரை அழுத்தினாத்தான் அங்க பேசறது இங்க கேக்கும் இல்லை?' என்றான் வஸந்த்.

'ஆமா வஸந்த். இங்கிருந்து பஸ்மட்டும்தான் பண்ண முடியும்.'

'இரு, இங்கயே இரு. போயிராதே, உன் கைக்கு மேல் இன்னும் நிறைய பார்க்கணும்! கையா இது? ராஜ முத்திரை! உள்ள போயிட்டு உடனே வர்றேன்.'

உள்ளே நுழைந்தபோது மூன்று பேரும் நின்று கொண்டிருந்தார்கள். வஸந்த், கணேஷ் இருவரையும் பார்த்து வசீகரமாகச் சிரித்து 'வாங்க சார்!'

'என்ன மிஸ்டர் கணேஷ்?'

'அந்த கேஸை ஸால்வ் பண்ணிட்டோம் சார்!'

மூவரும் அவனை இப்போது சற்று முகம் சுருங்கப் பார்த்தனர்.

'அப்படியா அருணாசலம்தானே? வேற யாராவதா?'

'கொஞ்சம் உக்காந்துண்டு பேசலாமா?' என்று மேசையிலிருந்து தள்ளிப்போய் சோபா செட்டில் உட்கார்ந்தான். 'ரிலாக்ஸ்! ரொம்ப இண்ட்ரஸ்டிங் கேஸ் இது!'

அவர்கள் சற்று தீர்மானமில்லாமல் அவன் எதிரே உட்கார்ந்தார்கள். 'சுவாமி, நீங்க கூட சரியா உக்காருங்க. வஸந்த்! மேசைக்குப் போய் ஒரு பேப்பர் பென்சில் எடேன்!' என்று கை சொடக்கினான் கணேஷ்.

அதற்கு அர்த்தம், 'திட்டமிட்டபடிச் செயல்படு' என்பது. வஸந்த் மேசையிலிருந்து பேப்பர் பென்சில் எடுக்கும்போது அந்த இண்டர்காமின் ஸ்விட்சைத் தட்டுவதை கணேஷ் பார்த்தான். அவர்கள் அதை கவனிக்க முடியாமல் பின் பக்கமாக மேசைக்கு முதுகு காட்டி உட்கார்ந்திருந்தார்கள்.

'வெரிகுட்! சார், பெரியவரைக் கொன்னது யார் தெரியுமோ?'

'யாரு? நீங்கதான் சொல்லுங்களேன்.'

'வஸந்த், அந்தக் காகிதத்தை எடு.'

வஸந்த் எடுத்துக் கொடுக்க, 'மிஸ்டர் பாலகிருஷ்ணன் எத்தனை தருவீங்க?' என்றான். 'அமவுண்டை இதில எழுதுங்க.'

'எதுக்கு?'

'விஷயத்தை போலீஸ்கிட்ட சொல்லாம இருக்கிறதுக்கு.'

'வாட் டு யூ மீன்?'

'இதப் பாருங்க. பாசாங்கு வேண்டாம்! நீங்க ஒரு ப்ளான் போட்டீங்க. நாங்க ஒரு ப்ளான் போட்டிருக்கோம். உங்களுக்கு பூரா சொத்தும் வரப்போவுது. அருணாசலத்தை காரண்டியா ஜெயிலுக்கு அனுப்பிர்றோம். அவன் கேஸை எடுக்கறதில்லை. போலீஸ் அவன்தான்னு நம்பிக்கிட்டு இருக்காங்க. அதனால உங்களுக்கு ரொம்ப சௌகரியமாப் போச்சு. எங்களுக்கு அதிகம் வேண்டாம்! என்ன வஸந்த்!'

'ஒண்ணரை ரூபா போதும். ஒய்ட்டா பத்தாயிரம். பாக்கியை...'

'என்ன சொல்றீங்க? புரியவே இல்லை கணேஷ்.'

'ஆ, கமான்!' என்று வஸந்த் அவரருகில் சென்று வயிற்றை செல்லமாகக் குத்தினான். 'கில்லாடி சார் நீங்க! மூணு பேரும் மாஸ்டர்ஸ்! சான்ஸே இல்லை. ஹாட்ஸ் ஆஃப்! மிஸ்டர் சுவாமி, நீங்க இனிமே பேசலாம். நம்மை யாரும் கவனிக்கப்

போறதில்லை. இந்த மௌன விரதத்துக்குப் பர்ப்பஸ் முடிஞ்சு போச்சு!'

அவர்கள் மூவரும் ஒருவரை ஒருவர் பார்த்துக் கொள்ள, கணேஷ் 'சார், நேரம் தாழ்த்தாதீங்க. உங்களுக்கு சொளையா, மொத்தமா வரப்போற சொத்தோட மதிப்பை ஒப்பிட, ஒண்ணரை லட்சம் சாதாரணம்!' என்றான்.

'பிச்சைக்காசு!'

'மிஸ்டர், நீங்க சொல்றது எங்களுக்கு விளங்கவே இல்லை!'

'அப்படியா... சரி. நாங்க வர்றம். டாட்டா! வஸந்த்! பழனிவேல் நம்பர் என்ன சொன்னே?'

'வெய்ட், வெய்ட்! என்ன சொல்ல வந்தீங்கன்னு சொல்லிட் டாவது போங்க.'

'ஆ! இதான வேண்டாங்கறது! நாங்க என்ன சொல்ல வந் தோங்கறது உங்களுக்கு நல்லாவே தெரியும். வெளிப்படையாச் சொல்ல வேணாம்னு பார்த்தோம்.'

'சொல்லிடு வஸந்த்.'

'சார், பாலகிருஷ்ணன் - பாபு - சுவாமி மௌன விரதி! கொஞ்சம் கவனமா கேளுங்க. நீங்க மூணு பேரும் சேர்ந்து திட்டம் போட்டு சிவப்பிரகாசத்தைக் கொலை செய்திருக்கீங்க.'

'எனக்கு போன் பண்ணினது சிவப்பிரகாசம் இல்லை. நீங்கதான் சுவாமி!'

பாலகிருஷ்ணன் அதிர்ச்சி ஏதும் காட்டாமல் சோபாவை விட்டு எழுந்து பாபுவை நிறுத்தி, 'இரு பாபு! ஸோ மிஸ்டர் கணேஷ் உங்களுக்குத் தெரிஞ்சு போச்சா?' என்றார்.

'ஆமா சார். சுவாமி, இனிமே மௌன விரதம் வேண்டாம். பேசலாம் நீங்க. நமக்குள்ள என்ன ரகசியம்?'

சுவாமி பாலகிருஷ்ணனைப் பார்க்க, 'பேசு சுவாமி' என்றார்.

'எப்படிக் கண்டுபுடிச்சீங்க?'

'மௌன விரதம் இருக்கணும்னா முழு மனசோட இருக்கணும். கார்ல போறப்ப ஸ்லேட்டையும் எடுத்துக்கிட்டுப் போகணும்.

உங்களை அந்த வீட்டு வரைக்கும் ஃபாலோ பண்ணினோம். அங்க வாடகை விஷயமா பேசிட்டீங்க! பேசியிருக்கக் கூடாது.'

'என்ன சுவாமி இது? இன்னம் கொஞ்ச நாள் பொறுத்திருக்கக் கூடாதா?'

'நீதான் பத்தாம் தேதிக்குள்ற பேசி முடிச்சுரணும்னே பாலு?'

'பத்தாம் தேதிக்குள்ற! அன்னிக்கு எங்கிட்ட பேசறப்ப பதினொரு மணிக்குள்ற வந்துரு'ன்னு சொன்னீங்க 'குள்ற' எனக்கு நல்லா ஞாபகம் இருக்குது மிஸ்டர் சுவாமி. இந்த மாதிரி திட்டம் எல்லாம் போடறப்ப சின்னச் சின்ன விஷயங்கள்ளாம் கவனம் வெச்சுக்கணும். கன்ஸிஸ்டன்ஸி வேணும். நல்ல ஞாபக சக்தி வேணும்.

'அடுத்த தடவை இந்த மாதிரி ஏதாவது திட்டம் போடறப்ப சின்னதா எங்களுக்கு ஒரு ரிங் அடிச்சிருங்க' என்று வஸந்த் சொல்ல, பாலகிருஷ்ணன் எழுந்து 'இப்ப உங்களுக்கு எவ்வளவு வேணும்கறீங்க?' என்றார்.

'அதுதான் சொன்னோமே, ஒண்ணரை ரூபா போதும்னு.'

'எங்கிட்ட எவ்வளவு கேஷ் இருக்கு பார்க்கிறேன்' என்று பால கிருஷ்ணன் எழுந்து குறுக்கே நடந்து தன் மேசைக்குச் செல்ல வஸந்த் சாய்மானமாக உட்கார்ந்து, 'உக்காருங்க, ரிலாக்ஸ்! இட்ஸ் ஆல் இன் த கேம்' என்றான்.

பாலகிருஷ்ணன் தன் மேசையின் இழுப்பறையைத் திறந்து சட்டென்று ஒரு துப்பாக்கியை எடுத்துக்கொள்ள அதே சமயம் மற்ற இரண்டு பேரும் பாலகிருஷ்ணன் பக்கம் சேர்ந்துகொள்ள எல்லாம் எதிர்பாராமல் நிகழ்ந்தது. கணேஷ், 'வஸந்த்! லுக் அவுட்!' என்று சப்தமிட, சட்டென்று பாலகிருஷ்ணன் துப்பாக்கியை கணேஷின் மார்புக்கு நேராகப் பிடித்துக் கொண்டு, 'ஸோ! யூ திங் யூ ஆர் க்ளவர்? மிஸ்டர் கணேஷ், எங்கிட்ட இன்னும் ஒரு ட்ரிக் பாக்கி இருக்கு. வஸந்த்! நகர்ந்தா உன் ஃபிரண்டு மார்ல ஓட்டை விழும்! அப்படியே நில்லு!' என்றார்.

'சார், எதுக்கு சார் துப்பாக்கி கிப்பாக்கி எல்லாம் வெச்சுக்கிட்டு. சேச்சே கீழே போடுங்க.'

'கிட்ட வராத சுட்டுப் பொசுக்கிருவேன்!'

84 ● சுஜாதா

'வஸந்த் சும்மாரு.'

'யாராவது கிட்ட வந்தீங்க, சுட்டுப் பொசுக்கிருவேன். வா, சுவாமி, பாபு வா, ஒரு கொலை செஞ்சாச்சு. இன்னும் ரெண்டு கொலை செய்துட்டாப் போவுது.'

'சார், இதெல்லாம் அவசியமே இல்லை! நாங்க என்ன, பணம் தானே கேட்டோம்?'

'ஒண்ணரை ரூபா ஜாஸ்தின்னா கொஞ்சம் குறைச்சுக்கறோம். அதுக்குன்னு என்ன இது துப்பாக்கி கிப்பாக்கி எல்லாம் ஆட்டிக்கிட்டு?'

'ஷட் அப்' என்று பாலகிருஷ்ணன் வெறி பிடித்தாற்போல கத்தி அதே சமயம் சுட்டார். கணேஷ் பாய்ந்து பதுங்க அவன் காதருகே குண்டு சீய்த்துக்கொண்டு எங்கேயோ தீற்றியது. அறையில் ஊதுவத்தி போல மெல்லப் புகை உலவ, 'ஏண்டா டேய் சோமாரிங்களா! சுடமாட்டம்னு நினைச்சீங்களா? எந்திரி! சுடமாட்டனா? இந்தத் தடவை வேணுமின்னே குறி வெக்காமச் சுட்டேன். அடுத்த தடவை உங்க கணேஷ் மூளை எகிறிக்கும்!'

'சார், அவரைச் சுடாதீங்க. நான்தான் உபயோகமத்தவன், என்னைச் சுடுங்க சார்.'

'ரெண்டு பேரையும் சுடத்தான் போறேன். ரெண்டு பேரையும்! பாபு ஒதுங்கிக்க!'

வஸந்த் பாலகிருஷ்ணனுக்கு ஆறு மீட்டர் முன்னிலையில் இருந்தான். ஓடி வந்தாலும் அதற்குள் சுட்டுவிட சமயம் இருந்தது. 'வஸந்த் வேண்டாம்! விலகிக்க! சார், சார், பாலகிருஷ்ணன்! கொஞ்சம் நான் சொல்றதைக் கேளுங்க. நீங்க ஒரு கொலை செஞ்சது போதும். எதுக்கு அனாவசியமா இன்னொண்ணு? பீ ரீஸனபிள்! எங்களைக் கொன்னுட்டு உங்களால எப்படித் தப்பிக்க முடியும்? சொல்லுங்க பார்க்கலாம்.'

'பேசாதே! பாலு, தீர்த்துக்கட்டு' என்றான் சுவாமி. பாரு நழுவரான் பாரு! சுடு, சுடு!'

கணேஷ் கதவருகே வந்துவிட்டான்! சரேல் என்று நீச்சல் பாய்ச்சல் போல சோபாவின் பக்கம் பாய்ந்தான். 'பழனிவேல் வாங்க' என்று இரைந்து கூப்பிட்டான். அதே சமயம் அங்கிருந்து

மீண்டும் ஒரு குற்றம் ● 85

பாலகிருஷ்ணனின் துப்பாக்கி முனை கணேஷை நோக்கிக் கொண்டிருக்க வஸந்த் சர்க்கஸ்காரன்போல பாலகிருஷ்ணன் மேல் எம்பி அவனை வீழ்த்த முற்பட்டுக் கீழே விழ, பாலகிருஷ்ணன் துப்பாக்கி வெடிக்க, அதன் குண்டு மறுபடி கூரையைத் தாக்க. அதே சமயம் கதவு வெடித்து பழனிவேல் உள்ளே பாய்ந்து உடனே மடங்கி, அதைவிட உடனே தன் துப்பாக்கியால் பேச, பாலகிருஷ்ணன் அம்மா என்று ரத்தம் கசியும் புஜத்தைப் பிடித்துக் கொள்ள...

4

கணேஷ் ஒரு தம்ளர் தண்ணீர் குடித்தான். 'தட் வாஸ் க்ளோஸ்' என்றான்.

'ஏன் சார்! இவ்வளவு லேட்டாவா வர்றது?'

'என்ன செய்யறது வஸந்த்! நான் முன்னமேயே வந்துட்டேன். இண்டர்காம் வழியா உங்க வியா பாரத்தையெல்லாம் ரசிச்சுக் கேட்டுக்கிட்டுதான் இருந்தேன். திடீர்னு அந்த ஆளு துப்பாக்கியை எடுக்கவும் எனக்கு எப்ப எந்த சமயத்தில நுழை யறதுன்னு தர்மசங்கடமாயிடுச்சு. நான் பாட்டுக்கு ராங் எண்ட்ரி பண்ணி உங்க மார்ல, கணேஷ் மார்ல அவன் பாட்டுக்கு சுட்டான்னா? அதுக்குத்தான் தோதா சமயம் பார்த்துக்கிட்டு இருந்தேன்.'

'நல்ல வேளை, சுட்டப்புறம் வராம இருந்தீங்களே!'

'துப்பாக்கியை எடுப்பான்னு நான் எதிர்பார்க்கலை பழனிவேல்' என்றான் கணேஷ்.

'இவ்வளவு தூரம் கெஸ் பண்ணிங்க. இதுக்கும் தயாரா இருந்திருக்கணும். அடிகிடி பட்டுச்சா?'

'இல்லை. ஐ'ம் ஸ்லைட்லி ஷேக்கன் அப்!'

'வஸந்த், எப்படி இருக்கிங்க நீங்க?'

'இது என்ன சார் பிரமாதம்! ஆறிலயும் சாவு, நூறிலயும் சாவு. ஆனா நூறில சாவு ப்ராபபிள்!

இங்க வினிதான்னு ஒரு பொண்ணு இருந்ததே எங்க போச்சு?'

'பயந்துகிட்டு ஃபைலிங் ரூம்ல ஒளிஞ்சிக்கிட்டு இருக்குது. யோவ், அந்தக் கதவைத் திறய்யா.'

'கதவை அணுகிய வஸந்த், 'வின்னி! இட்ஸ் ஆல் ஓவர்! நீ வெளியே வரலாம்' என்றான்.

கதவு மெல்லத் திறக்க வினிதா நடுங்கிக்கொண்டே வெளியே வந்தாள். 'இஸ் த ஷூட்டிங் ஓவர்?'

'எல்லாம் முடிஞ்சிருச்சு வின்னி.'

'வஸந்த்! உங்களுக்கு ஏதாவது அடியா?' என்றாள்.

'அப்படி ஒண்ணும் பிரமாதமில்லை. சின்னதா மார்ல ஒரு குண்டு பாஞ்சிருக்கு. ஆபரேசன் பண்ணி எடுத்துட்டா சரியாப் போயிடும். உம் மார்ல ஏதும் பாயலியே?'

'வஸந்த்! இஸ் இட் ட்ரு? நிசமாவே உங்க மார்ல... ஆர் யூ ஆல்ரைட்?'

'கவலையே படாதே, உன்னை வீட்டிலே கொண்டு விட்டுட்டு அப்படியே ஆபரேஷன் தியேட்டர் போயிர்றேன்.'

'மிஸ், அவன் சொல்றது எதையும் நம்பாதீங்க. புருடா விடறதில மன்னன், உங்களை போலீஸ் வண்டில கொண்டு விட்டுர்றோம்.'

'பாஸ், இதான வேணாங்கறது' என்றான் வஸந்த். அவளை நோக்கித் திரும்பி புன்முறுவலித்து, 'இவங்க சொல்றதை யெல்லாம் கேக்காத வின்னி! வாரம் எட்டு நாள் இவங்க உண்மைக் காதலுக்கு தடை விதிப்பாங்க! நான் உனக்கு ரேகை பார்க்கணும். மச்ச சாஸ்திரம் தெரியுமோ உனக்கு?'

'தெரியாதே!'

'உனக்கு எங்கெல்லாம் மச்சம் இருக்குன்னு காட்டு, ஐ மீன், சொல்லு. அங்கெல்லாம், ஸாரி, அததுக்கெல்லாம் பலன் சொல்றேன் வா!'

'பழனிவேல்! அவங்க மூணு பேர்கூட இவனையும் அரஸ்ட் பண்ணிட்டுப் போங்க' என்றான் கணேஷ்.